வள்ளிநாயகியின் கோபம்

கா. ந. அண்ணாதுரை

Title: Vallinayagiyin Kobam

Author: C. N. Annadurai

Language: Tamil

First Published on: 1953

Year of Publication: 2024

Book Format: Paperback

*Page Size: 6inch * 9inch*

Category: Fiction

Subject: Short Stories

No. of pages: 112

ISBN: 978-81-988093-2-2

Published by: Nilan Publishers, Madurai, Tamilnadu, India

பொருளடக்கம்

குறிப்புகளுக்காக

வள்ளிநாயகியின் கோபம்

கடவுள் விஷயம்

கடவுள் இருக்கிறார்!
கடவுளுக்குத் தெரியும்!
கடவுள் விட்ட வழிப்படி நடக்கட்டும்!
கடவுளுக்குப் பொதுவாக நட!
கடவுள் சாட்சியாகச் சொல்கிறேன்!
கடவுள் கைவிடமாட்டார்!
கடவுளின்மீது பாரத்தைப் போடு!

***

கடவுளைக் கண்டவர் இவர்—பெரிய ஞானி—மூடுடா வாயை!

கடவுளா பொறுப்பாளி, நீ செய்கிற தவறுக்கெல்லாம்?

கடவுளா கொடுத்தார்— கொள்ளை அடித்துவிட்டு
கடவுளையா சாட்சிக்கு இழுக்கிறாய்!

கடவுளையே நம்பிக்கொண்டுகிடடா—காரியம் நடந்துவிடும்—மூடா, உன் கடமையைச் சரியாகச் செய்யாமே, கடவுளைக் கூப்பிடறயா, எதற்கு எடுத்தாலும்!

கடவுள் காப்பாற்றுவார் போடா—ஏன் என் எதிரே பல்லைக் காட்டிகிட்டு நிற்கவேணும்—போ, போ—கடவுளைக் கேளுதாச்சொல்லி—தருவார்—போ.

கடவுள் எப்படித்தான் இந்த அக்ரமத்தைப் பொறுத்துக்கொண்டாரோ தெரியவில்லை.

கடவுள் ஒருவர் இருக்கிறார் என்று துளியாவது பயந்தா நடக்கிறான், அந்தப் பாவி.

கடவுள்கூடத்தான் பயப்படுகிறார், இப்படிப்பட்டவர்களிடம்.

கடவுள் என்ன செய்துவிட்டார் அவனை—கண்ணைக் குருடாக்கிவிட்டாரா—கைகாலை ஒடித்துவிட்டாரா—கொழுத்துத்தான் கிடக்கிறான்.

கடவுள் கொடுத்தார்னுதான் 'ஜம்பம்' பேசுகிறான், அந்தக் கள்ளன்.

கடவுள், அவன் பக்கமா இருப்பது—அடுக்குமா?

கடவுள் கண் பார்த்தா, நமக்கா இந்தக் கஷ்டம் வரும்?

***

கடவுளே! உனக்குக் கண்ணில்லையா?

கடவுள் இருந்தால், இப்படியா செய்வார்?

கடவுள், கடவுள் என்று நாம்தான் கதறுகிறோம்—காரியவாதி கடவுள் ஒருவர் இருக்கிறார் என்பதை மறந்துதான் வேலை செய்கிறான்—கடைசியிலே அவன் பக்கம்தான் கடவுள் சேர்ந்துகொள்கிறார்.

***

கடவுளே! நான் என்ன பாபம் செய்தேன், இந்தப் பாடுபடுத்துகிறயே!

கடவுளே! ஏனோ இப்படி என்னைச் சோதிக்கிறாய்?
கடவுளே! இனி என்னாலே சகித்துக்கொள்ள முடியாது!

****

கடவுள் தண்டிக்காமல் விடமாட்டார்—அரசன் அன்று கொன்றால் கடவுள் நின்று கொல்லும்.

கடவுள் 'பேர்' சொல்லி ஊரை ஏய்க்கிறானப்பா, அந்த எத்தன்.

கடவுள் காப்பாத்துவார்னு கிடந்தான் அந்த ஏமாளி, கடைசிவரையிலே.

****

கடவுள், என்ன செய்யச் சொல்வார் என்பது எனக்கும் தெரியும் —நீ ஒரு உபதேசமும் செய்யவேண்டாம், உன் வேலையைக் கவனி.

கடவுள் கேட்டாரா உன்னை, ஊர்த் தாலியை அறுத்து உற்சவம் செய்யடான்னு?

கடவுள் தான் தின்கிறாரா பொங்கலையும் புளியோதரையையும்?

****

கடவுள் எங்கும் நிறைந்தவர்—எல்லாம் அறிந்தவர்.

கடவுள், கோயிலைக் கேட்கவில்லை, கும்பாபிஷேகம் கேட்கவில்லை, உன் மனசைத்தாண்டா கோயிலாகத் தரவேணும். அன்புதான் அவருக்குப் பிரியமான அபிஷேகம்.

கடவுள் காரியம் இது, முணு முணுக்காமல், உன் சக்தியானுசாரம் கைங்கரியம் செய்.

கடவுளுக்காக நீ வக்கீல் வேலை செய்யவேண்டாம், எனக்கும் தெரியும் கடவுள்.

கடவுளே! கடவுளே! நல்ல கடவுளடா இது! நயவஞ்சகனை வாழவிட்டு வேடிக்கை பார்க்கிற கடவுள்!

கடவுள் ‘மனசி’லே என்ன எண்ணிக்கொண்டிருக்கிறாரோ, யார் கண்டார்கள்?

கடவுளைக் காணவா முடியும்! கண்டவர் விண்டிலர் விண்டவர் கண்டிலர்!

****

கடவுள்—இந்தச் சொல்லைக் கலந்து பேசுவதிலே, இப்படிப் பலவகை உண்டு. பேசுவோரின் சுபாவம், அவர் பேசும்போது அவருக்கு உள்ள நிலைமை, அவருடன் உரையாடுபவரின் தன்மை, ஆகியவைகளுக்கு ஏற்றபடி, இந்த ‘வகை’ இருக்கும். எல்லோரும் ஒரே மனப்பான்மை கொண்டவர்களல்ல—

எனவே, அனைவரும் ஒரே வகையாகப் பேசவேண்டுமென்பதில்லை — பேச்சு பலவகையாகத்தான் இருக்கும். இதிலே ஆச்சரியப்படுவதற்கில்லை. ஆனால், ஒரே 'ஆசாமி' கடவுள் சம்பந்தமாகப் பேசும்போது ஒரு வேளை ஒரு வகையாகவும், மற்றோர் வேளை மற்றோர் வகையாகவும் பேசுவார்—ஆச்சரியம் அதிலேதான் அதிகமிருக்கிறது. வேளைக்கோர் வகையாக இந்தப் பேச்சு மாறுவதை, பேசுபவரேகூடச் சரியாக உணருவதில்லை—சுட்டிக்காட்டும் போதுகூட, அவர் சிரிப்பார் அல்லது சீறுவார்—விளக்கம் தரமாட்டார்.

****

கடவுள் என்ற சொல்லைக் கலந்து பேசாதவர்கள் மிகக்குறைவு; கடவுள் என்ற சொல்லை எப்போதும் ஒரேவிதமான மனப்பான்மையுடன் பேசுபவரோ, அதைவிடக் குறைவு! சிலர் சில வேளைகளில் பேசும்போது பார்த்தால் அவர்களை நாயன்மார் வரிசையிலே வைக்கலாம்போல் தோன்றும்; சிலர் பேசும்போதே அவர்களை நாத்திகர்களோ என்று கேட்பவர்கள் ஐயுறுவர். விந்தை இதுகூட அல்ல. நாயன்மார் வரிசையிலே வைக்கலாம் என்று தோன்றக்கூடிய விதமாக ஒருசமயத்தில் பேசியவரின் மற்றோர் வேளைப் பேச்சு, அவரையே நாத்திகக் கூட்டத்திலே சேர்க்கவேண்டும்போல் காணப்படும்.

****

கடை முதலாளி கவலையுடன் உட்கார்ந்திருக்கிறார்—அவர் எதிரே, பார்வதிசமேதரின் படம், மலர்மாலையுடன் காட்சியளிக்கிறது — நீறுதான் நெற்றியில் — சந்தனமும் உண்டு. கவலையுடன் இருப்பவரிடம், பக்குவமாக நடந்து

கொண்டு பழக்கப்பட்ட 'எடுபிடி', குத்துவிளக்கைத் தூண்டிக்கொண்டே பேசுகிறான்.

எ:—சந்திரசேகர செட்டியார் சரக்கு பூராவும் விலையாகிவிட்டதாம்......

மு:—பூராவுமா?

எ:—ஆமாம் — யார் கிடைப்பாங்களோ, தலையிலே மூட்டை கட்டலாம்னுதான் செட்டியார் காத்துக்கொண்டிருந்தாரே! கிடைச்சான் ஒரு ஏமாளி—பூரா சரக்கையும் தள்ளிவிட்டார் அவனிடம்.

மு:—எவ்வளவு கிடைச்சுதாம்?

எ:—ஆறுக்குக் குறையாதாம்.

****

கடை முதலாளி ஒரு நீண்ட பெருமூச்சுடன், "அம்பிகே!..." என்று ஒருமுறை கூறிவிட்டு, "ஆறு இருக்கும்னா சொன்னாங்க?" என்று மீண்டும் கேட்கிறார். எடுபிடி, "ஆமாங்க! ஆறுக்கு மேலேயே இருக்குமாம்" என்று பதிலளிக்கிறார்—மீண்டும் ஒரு பெருமூச்சு, மறுபடியும் "அம்பிகே!" என்று அழைக்கிறார், கடை முதலாளி.

****

இப்படிப்பட்ட நிகழ்ச்சி அன்றாடம் நடைபெறுகிறது—சர்வ சாதாரணமான நிகழ்ச்சி என்று கருதுகிறோம்,

ஆகையினாலேதான், இப்படிப்பட்ட நிகழ்ச்சிகளைப்பற்றிச் சிந்திக்காமலேயே இருக்கிறோம்.

****

சந்திரசேகரருக்கு ஆறாயிரம் ரூபாய் இலாபம் கிடைத்தது—முடங்கிக் கிடந்த சரக்கு விற்பனையாகிவிட்டது. இந்தச் 'சேதி'யைக் கேள்விப்படும், கடை முதலாளியின் கிடங்கிலே சரக்கு அடைபட்டுக் கிடக்கிறது—ஏட்டிலே இலாபம் குறிக்கப்படவில்லை—இந்நிலையில், வேறொருவர், வியாபாரத்திலே வெற்றிபெற்றார் என்று கேள்விப்பட்டதும், பெருமூச்சுடன், அம்பிகே! அம்பிகே! என்று அழைக்கிறார்! அவ்விதம் அவர் அழைக்கும்போது, அவர் மனப்பான்மை என்ன? பக்திப் பரவசத்திலே, அவ்விதம் கூவி அழைத்தாரா? பாராட்டுதலுக்காக அழைத்தாரா? துணை செய் என்று கூப்பிட்டாரா? அவன் அடித்துவிட்டானே கொள்ளை, எனக்குக் கிடைக்கவில்லையே, நான் உன்னைப் பூஜை செய்தவண்ணம் இருப்பவனாயிற்றே, என்ன செய்தாய் எனக்காக, அதோ பார் சந்திரசேகரன் இலாபம் சம்பாதித்துவிட்டான், உன் சக்தியை என் பக்திக்காக மெச்சி என் பக்கம் திருப்புவாய், எனக்கும் இலாபம் கிடைக்கும் என்றுதானே நம்பி உனக்கு நெய் விளக்கு ஏற்றினேன், இருந்தும், என்னைக் கவனிக்காமலிருக்கிறாயே—என்று அம்பிகையிடம் குறைபடுகிறாரா? மிரட்டுகிறாரா? அம்பிகையை அவர் அந்தச் சமயம் அழைத்தபோது, எந்தவிதமான மனப்பான்மையுடன் இருப்பதாக எண்ணுகிறீர்கள்? எண்ணிப் பாருங்கள்—எண்ண, எண்ண வேடிக்கை வளரும். அவரையே கேட்டுப் பாருங்கள்—அவர் சாதுவாக இருந்தால்—அதைவிட வேடிக்கையாக இருக்கும்.

****

கடை முதலாளியின் பெயரைக் கந்தப்பன் என்று கொள்வோம்—அவர் துணைவியாருக்கு, சின்னம்மா என்று பெயரிடுவோம். இருவரும் சந்திக்கின்றனர். அவரைச் சந்திக்குமுன்பே, சந்திரசேகரர் 'சேதி' அம்மைக்குத் தெரிந்து விட்டிருக்கிறது. சமயமறிந்து கேட்கிறார்கள், "அவர் கடையிலே சரக்கு பூராவும் விற்றுவிட்டாராமே" என்று. "ஆமாம்" என்று சுருக்கமாக, சோகத்துடன் கூறுகிறார், கந்தப்பர். "கடவுள் அவருக்கு நல்ல வழி காட்டினார்"—என்று சின்னம்மா கூறுகிறார்கள், எப்போதும்போல. கந்தப்பரை நாம் பார்த்திருக்கிறோம் முதலிலேயே, கவனமிருக்கிறதல்லவா? நீறு பூசியவர்!! எனவே, சைவர்! பக்தர்! எனினும் சீறுகிறார், சின்னம்மாவின் பேச்சைக் கேட்டதும்; "கடவுளு காட்டினாரா, கடவுளு! பய, ஆள் விழுங்கி......வாடிக்கைக்காரன்களை வலை போட்டு, பிடித்து, அண்டப்புளுகு, ஆகாசப் புளுகு பேசி, கொள்ளை அடித்துக்கிட்டான். கடவுளு கொடுக்கிறாரா, கடவுளு! இவனுக்கா! மாதத்திலே மூன்று தடவைகூட நிஜம் பேசமாட்டானே, அவனுக்குப் போய், கடவுள் உதவிசெய்யறாரா? தரகு தர்மலிங்கம் இல்லே, நம்ம கடைக்குவருவானே முன்னே எல்லாம், நமக்கும் அவனுக்கும் கொஞ்சம் தகறாரு, அதனாலே அந்தப் பய, நம்ம கடை வாடிக்கையைச் சந்திரசேகரன் கடைக்குத் திருப்பிவிடுகிறான் —அதனாலே ஒரு 'சான்சு' அடிச்சுது...கடவுளு, போய்க் கூட்டிகிட்டு வந்து சொன்னாரா, "போடா போய் சந்திரசேகரன் கடை சரக்கை வாங்கு — அவன் அநியாய விலை வைத்துத்தான் விற்பான், இருந்தாலும் அவனிடமே வாங்கடான்னு சொல்வாரா—அதுதானா கடவுளுக்கு வேலை....."—என்று மடமடவெனப் பேசுகிறார். அந்தச் சமயத்திலே, அவர் யாராக இருக்கிறார்? பக்தராகவா? நாத்திகராகவா?—சிந்தித்துப்பாருங்கள்—வேடிக்கை வளரும். சின்னம்மாள், கணவரின் சீற்றம் அடங்கிய பிறகு, பேச்சைத் துவக்கி, 'தரகு தர்மலிங்கத்தோடு ஏன் தகறாரு செய்துகிட்டீங்க? அவன் விஷமக்காரனாச்சே! நமக்கு ஏன் அவனோட விரோதம்? நஷ்டமும் கஷ்டமும்

நமக்குத்தானே?" என்று கூறுகிறார். கந்தப்பர் இதற்கிடையிலே ஏழெட்டு முறை, முருகா! முருகா! என்று அழைத்துவிட்டார், ஆறேழுமுறை அம்பிகையை அழைத்துவிட்டார். கூடத்து மாடத்தில் உள்ள பிள்ளையாரைக் கும்பிட்டுக் கொண்டார். கந்தப்பரின் 'ஆத்திகம்' அப்பு அழுக்கின்றி நடந்துகொண்டே இருக்கிறது. எனினும் தரகு தர்மலிங்கத்தைக் குறித்துப் பேச நேரிட்ட உடனே அவர்மனம் புதுவிதமாகிவிடுகிறது. "தகறாரு ஏன் வந்ததுன்னா கேட்கறே? தரகு, மற்ற கடைக்காரர் கொடுக்கிறதைவிட நான், அவனுக்குத் தாராளமாகத்தான் தருவது வழக்கம்—பிள்ளை குட்டிக்காரன் பிழைச்சிப்போகட்டும்னு. அப்படி இருந்தும், அவன் தைரியம், பேராசை, போனவெள்ளிக்கிழமை, 'நூறு ரூபாய்' கொடுன்னு கேட்டான். ஏம்பா என்று கேட்டேன். அவரு, கோயில் கட்டறாராம் அவர் தெருக்கோடியிலே—அதுக்கு, 'தர்மம்' கொடுக்கவேணுமாம், நானு. தர்மலிங்கம்! காலம் இருக்கிறதைக் கவனிக்காமே, இப்படி நூறுகொடு, ஐம்பதுகொடுன்னு கேட்டா, என்னப்பா செய்யறது. கோயிலுக்கும் குளத்துக்கும் கொட்டிக் கொடுக்கிறபடியாகவா இங்கே இலாபம் குவியுது—அப்படின்னு, சமாதானமாகத்தான் சொன்னேன். உடனே 'கடவுள் காரியமாக நான் கேட்கிறேன், என் வீட்டுக் கலியாணம், சீமந்தத்துக்கு அல்ல—கொடுத்தா, அதுக்கான பலன், உங்களுக்குத்தான், கொடுக்காவிட்டாலும் சரி, உங்க இஷ்டம்—கடவுள் காரியத்துக்கு, பத்துபேரும் உபகாரம் செய்வாங்க—நீங்க, முடியாதுன்னு சொல்கிறிங்க — சரி — நான் என்ன சொல்ல இருக்குது—ஏதோ என்னாலே, உங்களுக்கு எவ்வளவோ கிடைச்சிருக்கும்; கடவுள் காரியத்துக்கு அந்தக் காசு உபயோகப்படக்கூடாது போலிருக்கு—உங்க இஷ்டம்—அப்படி இப்படின்னு, என்னமோ இவன்தான் கடவுளைக் கண்டுவிட்டவன்போலவும், நாமெல்லாம் கடவுள் பக்தியே இல்லாதவங்கபோலவும், என்னமோ கடவுள் இவனைக் கூப்பிட்டுக் கோயிலைக் கட்டச் சொன்னது போலவும், அளந்தான் அரை மணி நேரம்—அதுதான் தகறாருக்குக் காரணம்" — என்று விளக்குகிறார். சின்னம்மா, "என்னங்க,

போனா போகுதுன்னு, ஒரு பத்தோ இருபதோ தொலைத்து விடுவதுதானே. அவனும் கடவுள் காரியமாகத்தானே கேட்டான்'' என்றுகூற, சீறிய கந்தப்பர், ''கடவுள் காரியமா! கடவுள் நேரிலேயா வந்தார், அவன்கிட்டே? ரூபாய்க்குக் கால்தரகு கேட்பாண்டி அவன். கடவுள்பேரைச் சொல்லிக்கிட்டு 'காசு' திரட்டக் கிளம்பிவிட்டான் அவன். எனக்கா தெரியாது இவன் நடத்தை. கோயில் இருக்கிற திக்குக்கூட இவனுக்குப் பிடிக்காது. காலையிலே தூங்கி எழுந்திருந்ததிலே இருந்து ராத்திரி படுக்கிறவரையிலே, பொய் பேசிப் பேசிப் பொழுதை ஓட்டுகிறான்—இவனுக்குக் கடவுள் பக்தி வந்து விட்டதோ! கடவுள் காரியம்னு சொன்னா, கண்ணை மூடிக்கொண்டு அள்ளிக் கொடுப்பாங்க என்கிற தைரியம்'' என்று பேசுகிறார். சின்னம்மாவுக்கு, என்ன சொல்வதென்றே தெரியவில்லை. கடவுள் காரியத்துக்காக என்று முன்பு ஒருமுறை காட்டுப்பட்டி மிட்டாதாரர் வந்தபோது, கந்தப்பர், ஆயிரத்தோரு ரூபாய் கொடுத்திருக்கிறார். ''நம்ம சக்திக்கு மீறின தொகை'' என்று சின்னம்மா தடுத்துக்கூடக் கேட்கவில்லை, காட்டுப்பட்டியார் நேரே நம்மவீடுதேடி வந்துவிட்ட பிறகு, ஆயிரம் கொடுக்காவிட்டா நல்லதா என்று வாதாடினார். காட்டுப்பட்டியாரிடம் காணிக்கை கொடுப்பதுபோலப் பணத்தைக் கொடுத்துவிட்டு, ''கடவுள் காரியத்துக்கு உபயோகப்படாதபடிக்கு வேறே எதுக்குத்தானுங்க பணம் இருக்குது'' என்று பேசினார். இந்தக் காட்சிகள் சின்னம்மாவின் மனக்கண்முன் தோன்றின. தரகு தர்மலிங்கத்தின் 'கடவுள் காரியம்' கந்தப்பருக்குக் கடும்கோபம் கிளப்பிவிட்டது கேட்டு, சின்னம்மாளுக்குச் சிந்தனை குழம்பலாயிற்று. நமக்கு மட்டும் என்ன! சிந்தித்துப் பாருங்கள்— கந்தப்பர், யார்? அவருடைய மனப்போக்கு எத்தகையது? அவரை எந்த 'வகையிலே' சேர்க்கலாம், என்று எண்ணிப் பாருங்கள். வேடிக்கை வளரும். சின்னம்மா, சயனித்துக்கொண்டார்—சிவன்கோயில் தர்மகர்த்தா சீருடையாப்பிள்ளை, எதிர்வீட்டுக்காரர்—அவரிடம் பேசிக்கொண்டிருக்கச் சென்றார் கந்தப்பர். அரைமணி நேரம்,

‘சத்விஷயம்’ பேசிக்கொண்டிருந்தனர். வீட்டுக்குப் பிறகு திரும்பினார் பாலைப் பருகினார்—சின்னம்மாளைப் பார்த்தார், “பால்காரன், ஏன் இப்படி, அக்ரமக்காரனாகிவிட்டான்—கடவுளுக்குப் பொதுவாக நடக்கச் சொல்லு” என்று கூறிவிட்டு, முருகனை மூன்று முறை அழைத்தார், அம்பிகையையும் அழைத்தார், படுத்தார், உறங்க. அந்த ‘அழைப்பு’ விடுத்த சமயம் அவருடைய மனநிலை என்ன? எதற்கு அழைத்தார்? என்பதுபற்றி எண்ணிப்பாருங்கள்—விந்தையாக இருக்கும்.

****

கடவுள் விட்டவழிப்படி நடக்கட்டும்—என்று சர்வ சாதாரணமாகப் பேசுவர், பெரும்பாலோர். அவர்களுக்குள்ள ஆழ்ந்த கடவுள் நம்பிக்கையை இந்த வாசகம் காட்டுவதாகக், கருதப்படுகிறது.

இட்டமுடன் என்தலையில் இன்னபடி என்றெழுதி

விட்ட சிவனும் செத்துவிட்டானோ?—முட்ட முட்டப்

பஞ்சமேயானாலும் பாரம் அவனுக்கு.........

என்று கூறிடும் கவிதை வடிவிலே உள்ள கருத்தும் இது போன்றதே. ஆழ்ந்த ஆத்தீகத்தின், அசைக்க முடியாத கடவுள் நம்பிக்கையின் அடையாளமாக இக்கருத்துக்களைக் கூறுகிறார்கள். இத்தகைய கருத்துள்ள ‘பேச்சு’ யாரால் எந்தவிதமான நிலைமைகளின்போது கூறப்படுகிறது என்பதை ஆராய்ந்து பார்த்தால் தான், இந்த வாசகங்களின் முழு உண்மை துலங்கும். கடவுள் விட்ட வழிப்படி நடக்கட்டும் என்றபேச்சு எப்படி, சர்வசாதாரணமாக நாட்டிலே கேட்கப்படுகிறதோ, அதுபோலவே, கடவுள் காப்பாற்றுவாருன்னு, நம்பிக்கொண்டே இருந்தானப்பா அந்த

ஏமாளி—கடைசிவரையிலே! என்ற பேச்சும் நாட்டிலே கேட்கப்படுகிறது. ஆழ்ந்த கடவுள் நம்பிக்கையை முதல்வாசகம் காட்டுகிறது என்றால், அந்த நம்பிக்கையைக் கேலிசெய்து கண்டிப்பதாக இருக்கிறது இரண்டாவது வாசகம்.—இந்த இருவகைக் கருத்துக்களை வெளியிட்ட இருவரில், ஒருவர் ஆத்திகர், மற்றவர் நாத்திகர் என்றும் அறுதியிட்டுக் கூறிவிடமுடியாது—அவர்களின் நினைப்பு நடவடிக்கை ஆகியவற்றைக் கவனித்தால்.

****

நெருப்புப்போலக் காய்கிறது—மூடிய கண்களைத் திறக்கவில்லை—சொட்டுப்பால்கூட உள்ளே இறங்கவில்லை—பார்க்கிறவர்களெல்லாம், ஐயோபாவம்! என்று கூறிப் பரிதாபப்படுகிறார்கள், கண்ணீரைத் துடைத்தபடி தாயார் குழந்தையின் பக்கம் உட்கார்ந்திருக்கிறார்கள், பாண்டுரங்கனிடம், நண்பர்கள் வருகிறார்கள், குழந்தையின் நிலைமையைப்பற்றி விசாரிக்க.

****

"டாக்டர் தாமோதரத்திடம் காட்டினாயோ?"

"ஆறுநாள் அவர்தான் மருந்து கொடுத்தார்........."

****

"கட்டுமாத்திரை கந்தப்பண்டிதரிடம் காட்டினா, ஒரே வேளையிலே காய்ச்சல் போயிடுமேப்பா! பாண்டு! அவரைக் கூப்பிட்டுக் காட்டிப்பாரேன்"

“அவர் நாலுவேளை மருந்து கொடுத்தாருங்களே — பிறகு அவரே தான் சொன்னார், இங்கிலீஷ் மருந்து கொடுத்துப்பாரு பாண்டுன்னு”

இப்படி நண்பர்கள் கேட்கிறார்கள். பாண்டுரங்கன், தான் எடுத்துக்கொண்ட முயற்சியை எல்லாம் கூறுகிறான்; கடைசியாகத்தான் அவன் சொல்கிறான், மனக் கஷ்டத்துடன், கடவுள் விட்ட வழிப்படி நடக்கட்டும்—என்று. பெரிய டாக்டர் ஒருவர் பெங்களூருக்கு வந்திருக்கிறாராம் சீமையிலிருந்து — அவர், ‘பிராணவாயு’வையே நோயாளிகளுக்குத் தருவாராம், எப்படிப்பட்ட வியாதியானாலும் குணமாகிவிடுமாம், ஆனால், பணம் அதிகம் கேட்கிறாராம், 500க்குக் குறைவாக வாங்குகிற வழக்கமே கிடையாதாம்—என்ற ஒரு தகவலைத் தருகிறார் ஒரு நண்பர். பாண்டுரங்கனுடைய சக்திக்கு மீறிய காரியம், அந்த வைத்தியம்—அவனோ கடனாளி—500 ரூபாய் கேட்கும் சீமை டாக்டரை நாடமுடியாத நிலை—எனவே, ஒரு நீண்ட பெருமூச்சுடன் அந்தத் தகவலைக் கேட்டுக்கொண்டான்—பிறகுதான், கடவுள்விட்ட வழிப்படி நடக்கட்டும் என்றான். குழந்தை இறந்துவிட்டது—பெங்களூர் பெரிய டாக்டரைப் பற்றிய தகவலைத் தந்த நண்பர், வேறோர் நண்பரிடம் கூறுகிறார், “கடவுள் காப்பாற்றுவார் என்றே நம்பிக்கொண்டிருந்தான் அந்த ஏமாளி, கடைசிவரையிலே!” என்று—கேலியும் கண்டனமும் கலந்த குரலில். பாண்டுரங்கன் கடவுளின் மீது பாரத்தைப் போட்டது, அந்த நண்பருக்கு, ஆத்திகமாக ஆழ்ந்த நம்பிக்கையின் விளைவாக, பாராட்டுதலுக்குரியதாகத் தோன்றவில்லை—ஏமாளித்தனத்தின் விளைவு என்றே அவர், அவன் பேச்சைக் கருதுகிறார்; கடவுளின் மீது பாரத்தைப் போடுவது என்பது ஆத்திகமானால், அதைக் கேலியாகப் பேசுவது நாத்திகம்தானே! ஆனால், அந்தக் கேலி பேசியவர், சோமவார விரதக்காரர், சொக்கநாதரிடம் பக்தி கொண்டவர், பழுத்த சைவர்!!

****

கடவுள் விட்ட வழிப்படி நடக்கட்டும் என்ற ஆத்திக உரையாற்றிய பாண்டுரங்கன், அந்தப் பேச்சை முதலிலே கூறிக்கொண்டிருந்தவனல்ல. குழந்கைக்கு ஜுரம் என்ற உடனே மருந்து தரச் சொன்னான், மனைவியிடம் — பிறகு குழந்தை வைத்தியம் குப்பிப் பாட்டியை அழைத்துவந்து காட்டினான்—பிறகு கட்டு மாத்திரை கந்தப் பண்டிதரை அழைத்துவந்தான்—பிறகு மிஷன் ஆஸ்பத்திரிக்குக் குழந்தையை எடுத்துச் சென்றான்—பிறகு டாக்டர் சோமு *L. M. P.* யை அழைத்தான், அடுத்தபடி டாக்டர் சுந்தரம் *M.B.B.S.* வந்தார், பிறகு டாக்டர் தாமோதரம் வந்து பார்த்தார்—இதற்கிடையே, மிளகு மந்திரிக்கும் மாரிசாமி, கோழி சுற்றிவிடும் கோலப்பிள்ளை, விபூதிதூவும் மாயாண்டி இப்படிப் பல மந்திரவாதிகளின் துணையையும் நாடினான் — விளக்கு வைத்தான் கோயிலுக்கு—குலதேவதையை வேண்டிக்கொண்டான் — மஞ்சள் துணியால், குழந்தையின் கையிலே காப்புக் கட்டினான்—இவ்வளவெல்லாம் செய்தான் பிறகு, அலுத்துப்போய், பலன் காணாமல் பதைத்துப் போய், இனி என்ன செய்வதென்று தெரியாமல் திகைத்துப் போயிருக்கும் போதுதான், பாண்டுரங்கன், கடவுள் விட்ட வழிப்படி நடக்கட்டும் என்றான் துவக்கத்திலே அல்ல — முயற்சி செய்து பார்க்காத முன்பு அல்ல—வீட்டு வைத்தியம், டாக்டர், மந்திரம், பூஜை, இவ்வளவுக்கும் பிறகு, வழக்கமான பல வழிகளையும் பார்த்தான் பிறகு, சொன்னான், கடவுள்விட்ட வழிப்படி நடக்கட்டும், என்று. அப்படி அவன் சொன்னது ஆழ்ந்த கடவுள் நம்பிக்கையின் விளைவு என்று கூறப்படுமானால், குழந்தைக்குக் காய்ச்சல் ஏற்பட்டதும், அவன், பல்வேறு முயற்சிகளை எடுத்துக்கொண்டானே, அப்போது அவன், யாராக இருந்தான் — ஆத்திகனாகவா நாத்திகனாகவா? சிந்தித்துப் பாருங்கள்—சிக்கலாக மட்டுமல்ல, சுவை தருவதாகவும் இருக்கும்.

பொதுப்படையாக எண்ணிப் பார்ப்பது கடினமாக இருக்கக்கூடும், பலருக்கு எப்போதும் — சிலருக்குச் சில வேலைகளில். அந்தக் குறைபைப் போக்க, கடவுள் பிரச்சனையை உள்ளடக்கிய கதைகள் சிலவற்றைக் கூறியிருக்கிறேன்.

நாட்டிலே அவ்வப்போது நடைபெறும் நிகழ்ச்சிகளைக் காண்போருக்கு,—கருத்திலே காலக்கூளம் சுமையாகாமல் உள்ளவர்களுக்கு—நிச்சயமாக ஏற்படக்கூடிய எண்ணங்களே கதைவடிவுடன் தரப்பட்டுள்ளன. படித்தால், சிந்தனை கிளறிவிடப்படும் அனைவருக்கும்! சிலருக்குச் சீற்றம் பிறக்கும்—துவக்கத்தில்! இனிக் கேளுங்கள் கடவுட் கதைகளை!

—அண்ணாதுரை.

1.கதிரவன் கண்ணீர்!

உண்மை தழுவிய கற்பனை

இது ஒரு மனிதனின் கதை அல்ல. கடவுளின் கதை. கடவுளின் மனைவி கதையுங்கூடத்தான். கடவுளின் கதை என்றால், நாம் காணாத, கேட்டு மட்டும் இருக்கும் புராணமல்ல. நிஜமாக நடந்த கதை.

****

மனிதர்களுக்கு வாழ்வும், தாழ்வும் சகஜம். சுகமும் துக்கமும் பகலும் இரவும்போல மாறிமாறித் தானே வருமென்பார்கள். குப்பைமேடு உயரும், கோபுரம் தாழும், குசேலர் குபேரராவர், குபேரர் குசேலராவர். இது சகஜம். ஆண்டவனின் திருவிளையாடல் என்பர். ஆனால் கடவுள்களின் கதி பற்றிய கதை இது!

****

"கரத்தாயி! நாம் நேரே சூரியபகவானிடம் போய் நமது குறையைக் கூறுவோம்வா" என்றார் சடையப்பர்.

"வா போகலாம். ஆனால் சூரியபகவானுக்கு நமது குறையைக் கேட்க நேரமேது. ஓயாது ஓடிக்கொண்டிருக்க வேண்டுமே, சற்று நின்று செய்தி விசாரித்து, ஆறுதல் கூற அவருக்கு அவகாசம் இராதே" என்றாள் காத்தாயி.

"அதுவும் உண்மைதான். என்றாலும் நமது குறையை யாரிடமாவது கூறிக்கொண்டால் தான் மனம் நிம்மதியாகும்" என்று சடையப்பர்கூற, 'போய்த்தான் பார்ப்போம், வாரும்.' என்று காத்தாயி சம்மதிக்க இருவரும் கிளம்பினர்.

“ஐய்யோ! அட பாவிகளே! இது என்ன அக்கிரமம். வேண்டாமடா, நிறுத்துங்களடா. என்முகமெல்லாம் இரத்தமடா. முதுகெல்லாம் வீக்கமடா. ஆயிரக்கணக்கான பேர்வழிகளாகக் கூடிக்கொண்டு இப்படி கற்களால் அடித்து இம்சிக்கிறார்களே. ஆண்டவனே! கேட்கக்கூடாதா! இப்படியும் நடக்கவேண்டுமா”—என்று சூரியபகவான் கூறி அழுதுகொண்டிருந்தார், கண்களிலே நீர்தாரை தாரையாகப் பெருகிற்று, அந்த நீர் கீழே வீழ்ந்த பிறகே, கல்லால் அடித்த ஆயிரக்கணக்கானவர்கள் கற்களைக் கீழே போட்டு விட்டு, ரகுபதிராகவ ராஜாராம் பதீதபாவன சீதாராம்—என்று பாடி, ஆடிக்களித்தனர். தங்கள் குறையைக் கூறிக்கொள்ள வந்த காத்தாயியும் சடையப்பரும், சூரிய பகவான் அழுத கண்களுடன் நிற்பதையும், முகத்திலும் முதுகிலும் உடலிலும், கல்லடிக்காயம் இருப்பதையும் கண்டு திடுக்கிட்டு, தங்கள் விஷயத்தைக் கூறாது, முதலிலே சூரியபகவானை துக்கம் விசாரிக்கத் தொடங்கினார்கள்.

சூரிய பகவான், “சற்றேபொறுங்கள், சனியன்கள் தொலைந்தார்களா என்று பார்த்து விட்டுப் பிறகு பேசுவோம்” என்று கூறிவிட்டு, கீழேபார்த்தார். மக்கள் கும்பல் கும்பலாக குதூகலத்துடன் போகக் கண்டு “தொலைந்தது பீடைகள்” என்று கூறி பெருமூச்சு விட்டுக்கொண்டே தன் உடலில் இருந்த தழும்புகளைத் தடவலானார்.

****

“ப்ரபோ! இதென்ன கோலம். ஏன் இந்த அழுகை? இதென்ன காயங்கள்?”—என்று காத்தாயி கேட்க, சூரிய பகவான் கூறினார்.

“என் விதியை எண்ணித்தான் காத்தாயி! நான் அழுதேன். நான் அழுத பிறகுதானே அந்தப் பாவிகள் என்னை அடிப்பதை நிறுத்தினார்கள். என்ன பலமான அடி! என்ன அடி! போறாதகாலம் எனக்கு” என்று மனம் நொந்து கூறினார்.

“என்னதான் நடந்தது?” என்று சடையப்பர் கேட்டார்.

“என்ன நடந்ததா? ஏன் கேட்கிறீர்கள் அந்த வேதனையை! மகா புண்ணிய க்ஷேத்திரமாகிய காசிக்கு வந்தும் கர்மம் தொலையவில்லையே என்பார்கள். எனக்கோ காசிக்கு வந்ததாலேயே இந்தக் கர்மம் வந்தது. நான் வராமல் எப்படி இருக்க முடியும்? காசி ராமேஸ்வரம், கண்டி கதிர்காமம், ரங்கூன் சிங்கப்பூர், லண்டன் பாரிஸ், பெர்லின் பக்தாது, மாஸ்கோ, மிலான், அங்காரா, அஜோர்ஸ், நியூயார்க், ஆட்டவா, நியூஜிலந்து முதல் எந்த இடத்தைத்தான் நான் போய்க்காணாமல் இருக்கிறேன், காடுமேடுகளையும் காண்கிறேன், காதலர்கள் கொஞ்சிடும் வீட்டையும் பார்க்கிறேன், சகாரா பாலைவனத்தில் சஞ்சரிக்கிறேன், மூடுபனிப்பிரதேசங்களில் நுழைகிறேன், மன்னாதி மன்னர்களும் என்வரவை எதிர்நோக்கி நிற்கக் காண்கிறேன், மகாபாதகம் புரிவோரும் என் வரவுக்கு மகிழக் காண்கிறேன், யாரிடமும் பேதங்கொண்டு, இன்னவருக்கு இவ்வளவு என்று இராமல், எதிர்ப் பட்டோரிடம் எள்ளளவும் பாராபட்சமின்றித்தான் நடக்கிறேன். என் கடமையைச் செய்யத் தவறவேயில்லை. முதுகு வளைய மூட்டை சுமந்து செல்லும் வறியவனைக் கண்டு, அவனது காலும் தலையும் காயுமே என்று சிறிது மனதில் ஈவு இரக்கம் தோன்றிய போதிலும், நாம் என்ன செய்வது, அது அவன் விதி, அவன்மீது காய்வது நம் விதி” என்று மனதைத் திடப்படுத்திக்கொண்டு கடமையைச் செய்கிறேன். அன்னநடை அணங்குகள் என்று ஆயிரமாயிரம் கவிகள் கூறக்கேட்டுத்தான் இருக்கிறேன் என்றாலும், அந்த மாதர்கள், கால்கொப்புளிக்க நடந்து செல்லக் காணும்போது, தவிக்கும்போது கஷ்டமாகத்தான்

இருக்கிறது, ஆனாலும் நான் என்ன செய்வது, நான் தயை தாட்சணியம் காட்டுவதற்கில்லை. "அச்சம் கொண்டு கடமையைச் செய்யத் தவறியதில்லை அப்படிப்பட்ட எனக்குத்தான் இந்தக் கதி வந்தது" என்று கூறி சோகித்த சூரிய பகவானை நோக்கி. காத்தாயி, கண்ணீர் உதிர்த்து "பகவானே! உமக்குமா இந்தக்கதி வந்தது?" என்று பரிவுடன் விசாரித்தாள்.

"ஆமாம்! காத்தாயி! என் கதை கிடக்கட்டும். நீங்கள் பசியோடு இருப்பீர்களே," ஏதேனும் சாப்பிடலாமே என்று சூரிய பகவான் கேட்டார்.

சடையப்பர், சம்பிரதாயத்துக்காக, "பசி இப்போது இல்லை, முதலிலே உமது கதையைக் கூறும்" என்றார்.

"ஆமாம், உங்களுக்குப் பசி ஏன் இருக்கப்போகிறது. ஆடு கோழியும், அன்னமும், பாலும், பழமும், பட்சணமும் பக்தகோடிகள் படைக்கிறார்கள். தின்று தெகிட்டிவிட்டு இருக்கும்" என்றார் சூரிய பகவான். ஆறு நாட்கள் அன்னாகாரமின்றி காத்தாயியும் சடையப்பரும் அலைந்தது அவருக்குத் தெரியாது.

****

இந்தக் காசி க்ஷேத்திரத்திலே, கங்கையில் மூழ்கி எழுந்து, கைகூப்பி என்னைத் தொழுதோர் கணக்குண்டா? எனது செந்நிற மேனியைப் புகழ்ந்து பூசித்தவர்கள் கோடானுகோடி பேர். கண்கண்ட தெய்வமே! காசினியின் விளக்கே! காரிருளை அகற்றும் கருணாமூர்த்தி! என்று கவிதைகள் பாடுவோர் எவ்வளவோ பேர். அப்படிப்பட்ட கங்கைதான் இது!

அவ்விதமாகவெல்லாம் பூஜித்துவந்த புண்ணிய க்ஷேத்திரத்தில்தான் அதே பக்தகோடிகள் என்னை, சபித்து,

பைத்தியக்காரனைச் சுற்றிச் சிறு பிள்ளைகள் நின்றுகொண்டு கற்கள்கொண்டு அடிப்பதுபோல் அடித்து, இவ்வளவு காயங்களை உண்டாக்கினார்கள். எவ்வளவு கூட்டம் தெரியுமோ! என்ன ஆத்திரத்தோடு அடித்தார்கள் தெரியுமோ! ஆயிரக்கணக்கானவர்கள், கற்களை வாரி வாரி வீசினார்கள். "அடபாவி, பாதகா, பழிகாரா" என்று தூற்றினார்கள் என்றார், சூரியபகவான்.

"ஏன்" என்றார் சடையப்பர்.

"ஏனோ! ஏன் இப்படிக் காய்ந்து தொலைக்கிறாய் என்று கேட்கிறார்கள். கோபிக்கிறார்கள். அடிக்கிறார்கள்" என்றார் சூரியர்.

"காய்வதுதானே கதிரவன் கடமை" என்றாள் காத்தாயி.

"ஆமாம்! கடமையும் அதுதான். விதியும் அதுதான்" என்றார் சூரியன்.

"மக்கள் பிறகு கோபிப்பானேன்?" என்றாள் காத்தாயி.

"மக்கள்! கேட்கிறாயே காத்தாயி. அவர்களின் கோபத்துக்குக் காரணம் வேண்டுமா! எதற்குத்தான் அவர்கள் காரணம் பார்க்கிறார்கள்" என்று சடையப்பர் வெறுப்புடன் கூறினார்.

காத்தாயியும் "ஆமாம்! அதுகளுக்கு, எதுதான் தெரிகிறது" என்று சோகத்துடன் கூறிவிட்டு, "இப்படி வெறிபிடித்தவர்கள்போல், உம்மைக் கல்லால் அடித்த பேர்வழிகள் இப்போது ஏன், ஆனந்தமாக ஆடுகிறார்கள்" என்று கேட்க, "அதைத்தான் நான் ஆண்டவனிடம் கேட்கப்போகிறேன். இந்த அக்ரமம் உண்டா என்று கேட்கவேண்டாமா?" என்று சூரியன் கோபத்துடன்

கூறிவிட்டு, “இரு! இரு! காத்தாயி, அதோ அந்த மக்கள் ஏதோ கூறுகிறார்கள் கேட்போம்” என்றார். மூவரும் உற்றுக் கேட்டனர்.

“அனாதரட்சகா! ஆபத்பாந்தவா! அடியார்களாகிய, எங்கள் குறையைத் தீர்க்க முன்வந்ததற்காகத் தங்களுக்கு ஆயிரங்கோடி வந்தனம் செலுத்துகிறோம். கதிரோன், காய்ந்து காய்ந்து, ஊரிலுள்ள நீர் நிலையங்கள் காய்ந்துபோயின, பயிர் பச்சைகள் தீய்ந்துபோயின. எங்கள் வயிறு எரியத் தொடங்கிற்று. சூரிய பகவானுக்கு நாங்கள் ஒரு குறையும் செய்யவில்லை. கண்ணால் காணும்போதே “பகவானே!” என்று கூறி துதிக்கிறோம். பரிசுத்தமான கங்கையில் குளித்தானதும், கைகூப்பி, “கண்கண்டதெய்வம்” என்று பூஜிக்கிறோம். பாற்பொங்கல் படைக்கிறோம். சிரித்த முகத்துடன் கிளம்பி, எங்கள் பூஜையை ஏற்றுக் கொண்டானதும், சீற்றத்துடன் எங்களை முறைத்து முறைத்துப் பார்த்துவிட்டு, நாங்கள் படுக்கைக்குப் போகுமுன்னம், எங்களை நோக்கி கேலி செய்வதுபோல் புன்சிரிப்புடன் மறைகிறார். பிரதிதினமும் இதே கதிதான். எவ்வளவோ “தீட்சணியம், உக்கிரம்! எங்கள் பூஜையைப் பெற்றுக்கொண்டு தரும்பலன் இதுதானா? இப்படிச் செய்தால் எமக்குக் கோபம் வராதா! மழை இல்லை மக்களுக்கு உணவுக்கு வழியில்லை. மாடு கன்றுக்குப் புல் இல்லை. உமது பூஜைக்கு மலர் இல்லை. மனதிலே மகிழ்ச்சியில்லை. எவ்வளவோ வேண்டினோம், துதித்தோம். சூரியனுக்கு மனம் இரங்கவில்லை. கடைசியில் பார்த்தோம். அடியா மாடு படியாது என்பார்களல்லவா? எடுத்தோம், கற்களை. விடுத்தோம் சரமாரியாக, சக்கைபோடு போட்டோம் பிறகுதானே, மழை பெய்தது. உமது கருணையே கருணை!

நாங்கள் சூரியனை இம்சித்தோம் என்று உமக்குக் கோபம் வருமோ என்று முதலில் பயந்தோம். இப்போது தெரிந்துவிட்டது. சூரியனை நாங்கள் கல்லால் அடித்ததைத்

தாங்கள் தவறாகக் கொள்ளவில்லை என்று. தயாநிதே! தாங்கள் அனுப்பிய மழைக்காகத் தங்களுக்கு எங்கள் வணக்கத்தைத் தெரிவித்துக்கொள்ளுகிறோம்'' என்று காசி க்ஷேத்திரவாசிகள், விஸ்வநாதர், ஆலயத்திலே வந்தனை வழிபாடு, செய்துகொண்டு, ஆண்டவனைத் துதித்துக்கொண்டிருந்தனர்.

''கேட்டாயோ காத்தாயி! நான் அழுத கண்ணீர் அவர்களுக்கு மழையாயிற்று. அதற்காக ஆண்டவனுக்கு பூஜை செய்கிறார்கள். கல்லடி எனக்கு, பூஜை அவருக்கு! கஷ்டம் எனக்கு, சுகம் அவருக்கு! இதுவும் என் விதிதானோ'' என்று சூரியபகவான் சோகித்துவிட்டு, ''என்விஷயம் இது. உங்களைப்போல் எனக்கும் நிம்மதியான வாழ்வு கிடைத்தால் போதும், இந்த உத்தியோகத்தை ராஜிநாமாக்கூடச் செய்துவிடுவேன்'' என்றார்.

அதுவரை, பொறுத்துக்கொண்டிருந்த காத்தாயியால் அதற்குமேல் தாளமுடியவில்லை. கண்களில் நீர் கசியக் கசிய, முந்தானையால் துடைத்துக்கொண்டே, ''எங்கள் கதையைக் கேட்டால்தானே தெரியும். அதைக்கூறத்தான் இங்கு வந்தோம். வந்த இடத்திலே இந்தச் செய்தி கேட்டோம்'' என்று விம்மினாள்.

''உங்களுக்கு வந்த கஷ்டம் என்ன?'' என்று சூரியபகவான் உருக்கத்தோடு விசாரிக்க, காத்தாயி தனது கதையைக் கூறினாள்.

''நீங்கள் மறந்துவிட்டீர்களோ என்னமோ! நாங்கள் மஞ்சப்பட்டினத்தில் உத்தியோகம் ஏற்று 15 வருடமாகிறதல்லவா! நாங்களாகவா போனோம்?'' இல்லையே! எவ்வளவு வேண்டினார்கள், கூத்தாடினார்கள், கொண்டாடிக் கும்பிட்டார்கள். அதை நினைத்துக் கொண்டால் நெஞ்சு பகீரென்கிறது. மஞ்சப்பட்டினம், காசிபோல் பூர்வகாலப் பெருமையுள்ள ஊருமல்ல, கல்கத்தா

பம்பாய் போல் நவீன நாகரீகப் பட்டினமும் அல்ல. ராமநாதபுரம் ஜில்லாவிலே பரமக்குடி தாலூக்காவிலே, அது ஓர் பட்டிக்காடு. அங்கு போய் வாசம் செய்ய எங்களுக்கு இஷ்டம் இல்லை. துளிகூடக் கிடையாது. கிராம வாழ்க்கையின் சிறப்பு பற்றி, பட்டினத்துப் பிரசங்கிகள் பன்னிப் பன்னிப் பேசியும் எமக்கு மஞ்சப்பட்டினம் போக மனம் வரவில்லை. ஆனால் மஞ்சப்பட்டினத்து மக்கள் எங்களுக்கு அனுப்பிய மனு அவ்வளவு உருக்கமாக இருந்தது.

எங்களை வரவழைக்க வேண்டுமென்ற எண்ணம், மஞ்சப்பட்டின மக்களுக்கு ஏன் வந்ததோ தெரியவில்லை. நாங்கள் இல்லாமல் என்ன குறைவு இருந்தது அந்த ஊரிலே? மக்கள், உழைத்து வந்தார்கள். குடும்பக் காலட்சேபத்தை நடத்திக் கொண்டுதான் வந்தார்கள். எங்கள் மீது ஏன் அவர்களுக்கு ஆசை பிறந்ததோ தெரியவில்லை. சடையப்பர் சொன்னார் யாரோ ஒரு பாரதப் பிரசங்கியாம், அவன் தனது பிழைப்புக்காக பாரதப் பிரசங்கம் செய்து முடித்துவிட்டு, கதை கேட்டு காசு கொடுத்தவர்களுக்கு உபதேசம் செய்தானாம், காத்தாயி கோயில் கட்டினால், கலியுகத்திலே கைமேற் பலன் கிடைக்குமென்று பேச்சை நம்பின மக்கள், கோயில் கட்டி, அங்கு என்னையும் சடையப்பரையும் குடிபுக வைத்தால் ஏதேதோ கிடைக்கும், வரண்ட நிலத்திலே திரண்ட கதிர் உள்ள பயிர் வரும், ஆற்றில் கரைபுரள ஓடும், தோட்டத்தில் காய்கறி குவியும், குடும்பத்தில் பிள்ளைகுட்டிகளும் தோன்றும், சுபீட்சமாக இருக்கும் என்று ஆசைப்பட்டிருப்பார்கள். அவர்கள் நாக்கில் ஜலம் சொட்டச் சொட்ட அந்தப் புராணிகன் சொல்லியிருப்பான். அவனுக்கென்ன, புளுகத் தெரியாதா? அவன் படித்த புராணங்களிலே அந்தச் சரக்குதான் அமோகமாச்சே! அவன் தம்பிக்கு பூஜரரி வேலை வரும். வருடந்தோறும் கோயிலிலே பாரதப் பிரசங்கம் நடத்தலாம் என்பது அவன் எண்ணம். அவன் பேச்சை “ஆமாம் அண்ணே” என்று ஏற்றுக்கொண்டவனுக்கு, கோயில் கட்டி குளம் வெட்டி, தேர் திருவிழா நடத்தினால், அதற்காக வசூல் செய்யும் தர்மப்

பணத்திலே தனக்குக் கொஞ்சம், கிடைக்கும் என்ற ஆசை. தேனை வழிக்க யாருக்குத்தான் இஷ்டமிராது. "ஊரிலே ஏழை எளிபவர்கள், செய்ய வேண்டியது தான்!" என்று ஒப்புக்கொண்டார்கள். இல்லையானால் காத்தாயி கண்ணைப் பிடுங்கிக் கொள்வாள் என்று புராணிகன் புளுகி மிரட்டிவிட்டான். மேலும் காத்தாயி செலவுக்குக் கால் ரூபாய் கொடுத்தால், காலா காலத்துக்கும் நல்லது என்று நம்பினார்கள், அவர்கள் எதைத்தான் நம்பவில்லை. ஊரிலே இருந்த பணக்காரர்கள், இந்தப் பயல்கள் இப்படிக் கோயில் கட்டிக் கொண்டிருந்தால், நல்லதுதான் என்று எண்ணினார்கள். ஏனெனில், கோயில் வேலையைக் கவனிக்க ஆரம்பித்தால், தமது நிலையைப் பற்றிக் கவனிக்க ஏழைகளுக்கு நேரமிராது. ஆகவே பணக்காரருக்குத் தொல்லை இராது. கோயில் கட்ட கொஞ்சம் பணம் கொடுத்துவிட்டால், "தருமப் பிரபு, கர்ண மகாராசா" என்று பெயர் வரும், மற்றவைகளிலே பணம் சம்பாதிக்க மார்க்கம் இருக்கும். ஆகவே அவர்களும் ஒப்புக்கொண்டார்கள். ஒன்றுமில்லை என்றாலும், கோயில் கட்டினால், வேலையாவது கிடைக்காதா என்று எண்ணி, வெகு பேர், கட்டத்தான் வேண்டும் என்றார்கள். கட்டியும் விட்டார்கள்!

****

கட்டிய கோவிலுக்கு, நாங்கள் வந்துசேர எவ்வளவு காரியம் நடந்தது தெரியுமோ. ஊரெங்கும் உற்சாகம் வீடெல்லாம் விளக்கு. வீதிக்கு வீதி தோரணம், மூலைக்கு மூலை பூப்பந்தல், முச்சந்திகளில் கொட்டுமுழக்கு கொண்டையிலே பூ அணிந்த கன்னியர்கள், இடையிலே புது வேட்டியுடன் ஆடவர்கள், உடுக்கை சத்தமும் "ஓங்காளி" கோஷமும், ஊர்முழுதும் கேட்டது. அபிஷேகம், மந்திர உச்சாடனம் செய்ய, தேர்ந்த பூஜாரிகள், அவர்களுக்குத் துணைசெய்ய, வேறுபலர் விதவிதமான வாத்தியங்கள், விண் அதிரவெடி வேட்டு! அன்று மஞ்சப்பட்டினம், தேவேந்திரப் பட்டினந்தான்.

எவ்வளவு வைபவத்தோடு நாங்கள் வரவேற்கப்பட்டோம் என்பதை வர்ணிக்க முடியாது. கோயில் அழகும், கோபுரத்தின் அழகும் சொல்ல முடியாது. நான் தங்கியிருந்து தரிசனம் தர நல்ல சிலை. அதிலே சிற்பி தன் சமர்த்தைக் காட்டியிருந்த நேர்த்தியை என்னென்பேன். சடையப்பரின் இருப்பிடமாக இருக்க அமைக்கப்பட்டிருந்த சிலை எட்டடி உயரம்! பட்டாடையும் பவள மாலையும் எனக்கு! சடையப்பருக்கும் விசேஷ அலங்காரம். அதாவது, நாங்கள், மக்களின் பூஜையைக் கண்டு மனம் இளகி, சென்று தங்கியிருந்த அந்தச் சிலைக்கு, மக்கள் அவ்வளவு அலங்காரங்கள் செய்து, விளக்கேற்றி, விழுந்து கும்பிட்டு, விதவிதமான பண்டங்களைப் படைத்து பால் காவடி மீன்காவடி புஷ்பக் காவடி எடுத்து, பூஜைகள் புரிந்தனர். சுற்றுப் பக்கத்து கிராமமக்கள் வந்து சேவித்தனர். இது 1926-ம் வருடத்திலே.

****

1927-ல் எங்கள் மீது மஞ்சப்பட்டின மக்களுக்கு பழைய பக்தி இருந்தது. பூஜைகள் வழக்கப்படி நடந்து வந்தன. எங்களை வேண்டிக்கொள்ளத் தவறியதில்லை. எங்களின் வீரப்பிரதாபங்கள் பற்றி, பூசாரி, வாய் நோகப் பாடிக்கொண்டிருந்தான். பூசாரி கூறிவந்த புளுகுகள் எங்கள் காதுக்கு சலிப்பாகத்தான் இருந்தது. “ராத்திரி காத்தாயி, நடு நிசியிலே கனவிலே தோன்றி, கருப்பு ஆடு மூன்று காவு கொடுத்து, கருப்புச் சீலை வைத்து கும்பிட்டால் நம்ம ஊர் கரும்புப்பயிர் செழிக்கும் என்று கூறினாள்” என்று ஒரே போடு போடுவான். அந்த மக்கள் “அதுக்கென்ன பூசாரி, அம்மாளுக்கு இல்லாமே வேறுயாருக்குச் செய்யப்போகிறோம். எல்லாம் அவ இட்ட பிச்சை. அவ வாக்கற கஞ்சி, அவ கொடுக்கிற சொத்து” என்று கூறுவார்கள். ஆட்டுக்கறியும் சோறும், பூசாரி குடும்பத்துக்குக் கிடைக்கும்,

அலுமேலுவுக்கு கருப்புப்புடவையும், பூசாரிக்கு அபினி கஞ்சா கள்ளும் கிடைக்கும். இதற்கு நாங்கள் என்ன செய்வது?

****

இரண்டாண்டு, மூன்றாண்டு வரையிலும், இப்படி, சுகமாகவே இருந்தோம். 1930 ஆரம்பத்திலே, கொஞ்சம், கெட்டகாலம் ஆரம்பித்தது. மஞ்சப்பட்டினத்திலே, நாங்கள் குடி வந்ததும், இது நடக்கும் அது நடக்கும் என்று பூஜாரி புளுகினது நடக்கவில்லை. எது நடந்தாகணுமோ அது நடக்குமா, எங்களை வேண்டிக் கொண்டபடி நடக்குமா, நாங்கள் என்ன பிரம்மாவா? நினைச்சபடி நடக்காது போகவே, கொஞ்சம் வெறுப்புத்தட்டினமாதிரி ஜனங்கள் நடந்து கொண்டார்கள். அந்த வருடம் விளைச்சல் இல்லை. மழை கிடையாது, அதற்கு நாங்கள் என்ன செய்வது? நாங்கள் என்ன இந்திரபகவானா?

****

சோர்ந்துபோன மக்களுக்கு, பூசாரி தந்திரம் சொல்லிக் கொடுத்தான். "காத்தாயிக்கு, ஊர்ப் பொங்கல் வைக்கணும், வைத்தால், மழை, குடங்குடமாக் கொட்டும்" என்று சொன்னான். ஊர்ப் பொங்கல் வைத்தார்கள், பூசாரியின் வீடு கொஞ்சம் பொங்கிற்று. அவன் வயிற்றிலே கள் அதைவிட அதிகமாகப் பொங்கி வழிந்தது. மறுதினம்நல்லமழை! "பார்த்தாயா, காத்தாயியின் மகிமையை" என்று சொல்லி மக்கள் துதித்தார்கள். எங்கள் பாடு கொஞ்சம் நிம்மதியாயிற்று. ஆனால் பாழாய்ப்போன மழை விடவில்லை, அன்றெல்லாம் பெய்தது. ஆறு குளம் நிரம்பிற்று. கழனிகாடு முழுதும் வெள்ளம். மறுநாள் பெய்தது. மரங்கள் முறியும் பெருங்காற்று. வீடுவாசல் குளமாயிற்று. விடவில்லை மழை. மழை வந்ததே என்று சந்தோஷித்த மக்கள், "காய்ந்தா காயுது,

பேய்ந்தா பேயுது. இது என்ன காத்தாயி அப்பா'' என்று சலித்துக் கொண்டார்கள். மழையினால், ஊருக்கு நஷ்டம், எங்களுக்கும் மனக் கஷ்டந்தான்.

****

மறு வருடம், மழை இல்லை. மக்கள் முகத்திலே மலர்ச்சி இல்லை. எங்கள் வாழ்க்கையில் குளிர்ச்சி இல்லை. பூசாரியை, ஜனங்கள் கேட்கத் தொடங்கிவிட்டார்கள். ''என்ன பூசாரி! காத்தாயிக்குக் கடா வெட்றதிலே குறைவில்லை. நீயும் உடுக்கை அடிக்க ஓய்றதில்லை. ஒண்ணும் காணோமே. ஊர், நாளுக்கு நாள் க்ஷீணிக்குதே. அம்மாவுக்கு மனம் இரங்கலியா?'' என்று கேட்பார்கள்.

''அண்ணே! அவசரப்படாதிங்க, இதெல்லாம் அம்மா சோதனை, அடுத்த வருஷம் பாருங்க'' என்று பூசாரி சமாதானம் கூறுவான், ஆனால் யாருமில்லாத நேரத்திலே ''காத்தாயி பாடும் நம்மபாடும் திண்டாட்டந்தான்'' என்று மெள்ள முணுமுணுத்துக் கொள்வான்.

அடுத்த ஆண்டிலே பூசாரி சுபீட்சம் வரும் என்று சொன்னான். ஆனால் வந்தது அதுவல்ல. காலரா! அது ஆரம்பமானதும், கொஞ்சம் பூஜை அதிகரித்தது. ஆனால், பூஜை செய்த வீட்டிலேயே பிணம் பொத்தென விழ ஆரம்மிக்கவே, பூஜை நின்றுவிட்டது. பூசாரிக்கு சென்ற இடமெல்லாம் எதிர்ப்பு. ''என்ன குறையைச் செய்தோம்! எங்கள் ஊருக்கு இந்த அவதி இது வரையில் வந்ததே கிடையாதே'' என்று கேட்கலாயினர். இளநீர் அபிஷேகம் செய்தால், அம்மையின் கோபம் தணியுமென்றான். அரைகுறை மனதுடன் செய்தார்கள். காலரா ஓயவில்லை. ஊரிலிருக்கும் வேப்ப மரங்கள், மொட்டைக் கொம்புகளாயின. பல குடும்பங்களிலே பரிதாபகரமான சாவுகள். ஒரு ஏழைக் குடும்பத்திலே, தாய், தந்தை, கணவன்

மூவரும் இறந்து விட்டனர். இளம் விதவை, அவளுக்கு ஐந்து வயதுப் பெண், அதற்கும் காலரா கண்டுவிட்டது. அவள், கோவிலை வளம் வந்தாள். எவ்வளவோ வேண்டிக்கொண்டாள். அபிஷேக நீரைக் குழந்தைக்குக் கொடுத்தாள். அலைந்தாள், பதை பதைத்தாள், "காத்தாயி, ஆத்தே கண்ணைத் திறந்து பாரேன்" என்று அழுதாள். அவளது குழந்தை இறந்தே விட்டது. அவளுடைய மனம் எவ்வளவு பதறிற்றோ "காத்தாயி கோயிலிலே இடி விழ, என் குடும்பம் போச்சேடி. உன்னை அகலும் பகலும் துதித்தேனே! ஆருமற்ற பாவி ஆனேனே. அருமைக் குழந்தையையும் இழந்தேனே" என்று வீறிட்டு அழுதாள். 'சீச்சி காத்தாயியைப் பழிக்காதே' என்று அவளை மற்றவர்கள் திட்டினார்களே தவிர, மனதிலே, "ஆமாம்! பாவம்! எவ்வளவோ வேண்டிக் கொண்டாள். காத்தாயிக்கு மனம் இரங்கவில்லையே. அவ்வளவு கல்மனதா? நாம் செய்த பூஜை வீணாகத்தானே போச்சுது" என்று விசாரப்பட்டார்கள்.

இந்த விசாரம் வளரத் தொடங்கிற்று. எங்களுக்குத் திகில் பிறந்தது. பூஜைகள் குறைந்தன. கோயிலுக்கு, யாரோ சிலர், ஒப்புக்கு வந்தார்கள், போனார்கள். ஆனால், பழைய ஆசை போய்விட்டது. இவ்விதம் சில வருடமாயிற்று நாங்கள் ஏழைக் குடித்தனம் செய்தோம். எதுவோ நடக்கிற அளவு நடந்தாலும் போதும் என்று மனதைத் தேற்றிக்கொண்டுதான் வந்தோம். பூசாரியும் இளைத்துத்தான் போனான்.

****

போன வருடம் எங்களைச் சனி பிடித்துக்கொண்டது. மஞ்சப்பட்டினத்து வாலிபர்கள், மாகாளி புராணம், மகேஸ்வரன் பிறப்பு முதலிய கதைகளைப் படிப்பதை மறந்துவிட்டனர், சும்மாவாவது இருந்தார்களா! அந்தப் புராணங்களைக் கேலி செய்யத் தொடங்கினார்கள்.

ஊரிலிருந்த பெரியவர்கள், அடக்கித்தான் பார்த்தார்கள், முடியவில்லை. காலத்தின் கோலம் என்று கூறிவிட்டனர்.

"தாத்தா! நமக்குமட்டும் ஏன், ஆயிரக்கணக்கானசாமி, மற்ற நாடுகளிலே ஒரே சாமி இருக்கிறதே. அவர்களெல்லாம் நன்றாக வாழ்கிறார்களே, நாம் இப்படிவதைகிறோமே! காத்தாயி, மாரியாயி, மூக்காயி என்று மூலைக்கு மூலை இருக்கிறது. ஓயாமல் பூஜை செய்கிறோம். ஒரு பலனும் காணவில்லையே" என்று வாலிபன் ஆரம்பிப்பான்.

கிழவன், "அவனவன் தலையிலே எழுதினபடிதானேடா நடக்கும்; காத்தாயியைக் கும்பிட்டு, கால்படி அரிசி பொங்கிவிட்டா, அன்று அவன் எழுதினது அழிந்தா போகும்" என்று சாமர்த்தியமாகப் பேசுவார்.

"விதிப்படி காரியம் நடக்குமென்றால், நடுவிலே, இந்தக் காத்தாயி, கருப்பன் ஏன் தாத்தா? நடப்பது நடக்கட்டும் என்று நாம் சும்மா இருந்துவிடலாமே, இந்த வீண்செலவு ஏன்" என்று வாலிபன் கேட்பான்.

"போடா! பொல்லாத கேள்வி கேட்டுவிட்டே! நம்மைப் படைச்ச ஆண்டவனுக்கு நாம் பூஜை செய்ய வேண்டாமா?" என்பார் தாத்தா.

"தாராளமா தாத்தா! எரு போட்டால், விளைச்சல் காட்டணுமே. பூஜை செய்தால் பலிக்கணுமே. அறுவடை காணோமே. காத்தாயிகோயில் கட்டி 15 வருஷமாகிறதே! பஞ்சம் வருவது நின்றுவிட்டதா, காலரா போச்சா, நம்ம கஷ்டம் நீங்கிவிட்டதா" என்று வாலிபன் கேட்பான்.

"ஒன்றுந்தான் போகவில்லை. ஓயாத தொல்லைதான்" என்று கிழவர் ஒப்புக்கொள்வார்.

வாலிபன் தன் வாதம் கெலித்தது என்ற எண்ணிக் கொண்டு போய்விடுவான். ஆனால் வேறோர் கிழவரைக் கண்டதும், அந்தக் கிழவர், “நமது கஷ்டம் ஒரு பெரிதா, தலை எழுத்தின்படி தானே நடக்கும்” என்று பழையபல்லவிதான் பாடுவார். மற்றக் கிழவர், “இது என்ன எந்தக்காலத்திலும் நடப்பதுதானே. அப்பேர்க்கொத்த ராமபிரான்.........” என்று ஆரம்பிப்பார். இருவரும். ராமர், சீதையை விட்டு பிரிந்து தவித்தது, சிவன் பிச்சை எடுத்தது, பிரமனின் தலை போனது முதலிய கதைகளைப் பேசிக்கொண்டே காலந்தள்ளுவர். இந்தக் கிழவர்கள், பேசும் சக்தி பெற்றிருக்கும் வரையிலே நாம் காலந்தள்ளலாம் என்று ஒருவாறு தைரியப் படுத்திக்கொண்டு வாழ்ந்து வந்தோம். ஆனால் இந்த வாலிபப்பிள்ளைகள் விடவில்லை. ஓயாமல் பேசினர். சுயமரியாதைச் சங்கமாம், தமிழர் கூட்டமாம், பத்திரிகையாம், ஏதேதோ ஆர்ப்பாட்டம் செய்தனர். வாலிபர்களின் பிரசாரம் வலும்பெற்றது. 1940—லும், சுபிட்சம் இல்லை. 1941 பிறந்ததும் பயனில்லை. வாலிபர்கள் மூட்டிவிட்ட கோபம் கிழவர்களையும் பிடித்துக்கொண்டது. என்ன சொல்வோம், எங்களைப் பூஜித்தவர்களே தூஷிக்கத் தொடங்கினர்.

“அரைக்காசுக்குப் பிரயோஜனமில்லை” என்றார் ஒருவர்.

“சுத்த தண்டம்” என்று ஒருபடி மேலேறினார் வேறொருவர்.

“வீணான செலவு. மெனக்கேடு” என்றார் இன்னொருவர்.

“காத்தாயியும் மூக்காயியும், இதெல்லாம் அந்தப் பசங்கள் சொல்றதுபோல, கட்டுக் கதையப்பா” என்றார். நடுத்தர வயதுள்ள ஆசாமியொருவர்.

“அந்தக் கோயில் போனால் என்ன இருந்தால் என்ன” என்றார் வேறொருவர் வெறுப்பாக.

“மதில் சுவர் இடிந்து வருகிறதே தெரியுமா” என்றார். இன்னுமொருவர்.

“இடியட்டும். இந்தக் காத்தாயி கோயில் கட்டினது முதல் நம்ம ஊரே நாசமாகி வருகிறது” என்றார் ஒருவர்.

“நல்ல வேளையிலே கோயில் கட்டவில்லை. அதனாலே வந்தவினை தான் இவ்வளவும்” என்று ஒரு கிழவர், கோயிலைக் குறை கூறாது வேளையைக் குறை கூறினார்.

“தாத்தா, நேரம் சரியில்லை என்றால், இன்னும் அந்தக் கோயிலைக் கட்டி அழுவது ஏன்? இடித்துத் தள்ளுவது தானே” என்று ஒரு வாலிபன் கேட்டான்.

“இடித்தால்தான் என்ன” என்றார். பல குரல்கள் கிளம்பின. நான் என்ன சொல்லுவேன், மண்வெட்டியும், கடப்பாரையும் எடுத்துக்கொண்டு, கோயிலுக்கு வந்தனர். எவ்வளவு பக்தியோடு கட்டினார்களோ, அவ்வளவு ஆத்திரத்தோடு இடித்தார்கள். மதில் சரிந்தது, கோபுரம் இடிக்கப்பட்டது. பிரகாரம் பிளக்கப்பட்டது.

ஒரே கூக்குரல். இடி! பிள! அடி! என்ற சத்தம். பெண்களிலே சிலர், “இடிக்க வேண்டியதுதான். அவள் முன்னமேயே காத்தாயி கோயிலிலே இடி விழ என்று சாபம் கொடுத்துத்தான் போனாள்; பத்தினியாச்சே அந்தப் பெண்” என்றனர்.

சிலர் கோயிலை இடித்தால் என்ன கேடு வருமோ என்று பயந்தனர். பூசாரி, ஊரைவிட்டே ஓடிவிட்டதாகக் கேள்வி. இடிக்கும் படை நாங்கள் தங்கியிருந்த மூலஸ்தானத்திற்கே வந்தது. “சடையப்பரே” என்று நான் கூறு முன்னம் “கிளம்பு” என்றார் அவர்; இருவரும் சிலையை விட்டுச் சரேலெனக்

கிளம்பி, அந்தரத்தில் அவர்களின் கண்களுக்குத் தெரியாமல் நின்றோம்.

கண்ணைப் பாரடா காட்டுக் கோட்டான் போல! மூக்கைப் பாரடா மூணு முழ நீளம்! கையைப் பாரடா கலப்பையைப் போல! மீசையைப் பார், மீசை! இடுப்பிலே போட்டா அடி, பாதியாகப் பிளக்கும்! என்று அந்த மக்கள் எங்களைத் தூற்றிக்கொண்டே சிலைகளை உடைத்தனர். எங்களைக் கண்ணாயிரம் படைத்தவளே! கபால மூர்த்திக்குக்குகந்தவளே! கார்வண்ணன் தங்கையே! மலர்க்கண்ணி! மகாளி! என்று துதித்த வாய்கள், அன்று அப்படித் தூற்றின. சிலைகள் தூள் தூளாயின!

****

இனி இங்கிருப்பது ஆபத்து என்று எண்ணி, "இவ்விதமாக எம்மை வரவழைத்து 15-ஆண்டு எமது பரிபாலனத்தின் கீழிருந்து, பிறகு எங்கள் கோயிலை உடைத்து, அவமானப்படுத்தி, ஊரைவிட்டு நாங்கள் ஓடும்படி செய்த மக்களுக்குத் தக்க தண்டனையைத் தரவேண்டுமென ஆண்டவனிடம் முறையிட எண்ணினோம். முதலில் உம்மிடத்திலே சொல்லலாம் என்று வந்தோம். இங்கே, உமது நிலை இப்படி இருக்கிறது" என்று காத்தாயி தனது வரலாற்றைக் கூறிமுடிக்கச், சூரியன் "சரி வாருங்கள் ஆண்டவனிடம் சென்று முறையிடுவோம்" என்று கூறினவுடன், அந்தரத்தில் இருந்து ஓர் ஒலி கிளம்பிற்று!

****

"சூரியனே! காத்தாயி! சடையப்பா! கேளுங்கள், நீங்களும் உங்களை ஒருகாலத்தில் பூசித்து இப்போது இம்சித்த மக்களும், இந்த "வரலாற்றைக் கேட்டு நீதி வழங்குவார்

என்றெண்ணி நீங்கள் வந்து அடுத்துள்ள நானும், எல்லாம், வேறு வேறு என்று எண்ணி வேதனைப்படுகிறீர்கள். வேறல்ல! எல்லாம் நானே! சோகிக்கும் சூரியனும் நானே! அவனைக் கல்லால் அடித்த காசிவாழ் பக்தர்களும் நானே, கோயில் கட்டிய மஞ்சப்பட்டின மக்களும் நானே, கோயிலை இடித்தவர்களும் நானே, காத்தாயி நானே, சடையப்பனும் நானே, உமக்கு, யாராலோ தொல்லை நேர்ந்ததாக முறையிடுகிறீர்களே பேதைகாள்! நான் வேறு நீங்கள் வேறல்ல! எல்லாம் நானே! அவனன்றி ஓரணுவும் அசையாது என்பதை மறந்தீரோ!" என்று ஒலி கேட்டது!

****

சூரியன் காயச்சென்றான். காத்தாயியும் சடையப்பரும், கூப்பிட்டால் போவோம் என்று உடுக்கை சத்தம் எங்கு கிளம்புறதென்று எதிர்பார்த்து இருந்தனர். காசிவாசிகள் கங்கையில் மூழ்கி எழுந்து கதிரவனை வணங்கினர். ஆண்டவன் தயையால் நம்மைப் பிடித்த சனி இனித் தீர்ந்தது என்று மஞ்சப்பட்டினவாசிகள் தொழுதனர். மற்றோர் கோயில் கட்டுவிக்க என்ன தந்திரம் செய்யலாம் என்று மதவாதி யோசித்துக்கொண்டிருந்தார்.

****

"இது என்ன கதையப்பா! இப்படியும் ஒரு சம்பவமா?" என்று கேட்பீர்கள். "காத்தாயி சூரியனைப் பார்ப்பதாவது! கல்லடி பட்ட சூரியன் கதறுவதாவது! கோயில் இடிவதாவது! யாரிடம் இந்த அளப்பு!" என்று கேட்பீர்கள்.

காத்தாயி பேசினதோ, சூரியன் அழுததோ கிடக்கட்டும். சூரியனைக் கல்லாலடித்து மழை பெய்யவைத்த சூரர்கள் காசியிலே இருக்கிறார்கள். விக்ரமாதித்தன் காலத்து

விசித்திரம் அல்ல—இப்போது, நம் கண்முன் உள்ள, இந்தத் தலைமுறை மக்களைத்தான் குறிப்பிடுகிறேன். இதோ, இது, 'தினமணி'யில் வந்த செய்தி,

கதிரவனுக்குக் கல்லடி
காசிவாசிகள் கைவரிசை

காசி, ஜூன் 28.

மழை பெய்யாததால், வெப்பத்தைத் தாங்க முடியாமல் ஆயிரக்கணக்கான மக்கள் மனங்கொதிப்படைக்தார்கள். ஆதலால் சென்ற சில தினங்களாக அவர்கள் சூரியன் மீது கற்களை வீசிக்கொண்டிருந்தனர்.

இன்று அந்த மக்களின் மனம் மகிழ்ச்சியடையும்படி நீலவானத்தில் கரு மேகங்கள் சூழ்ந்தன. காலையில் அரைமணி நோமும் மாலையில் அரைமணி நேரமும் மழை பெய்தது. அதனால் இப்போது காசிநகரம் வெப்பம் தணிந்து குளிர்ச்சியாக இருக்கிறது.

காத்தாயி கோயிலை இடித்த செய்தி இதோ, சுதேச மித்திரனில்!

வைகைக் கரையில் விக்ரகங்கள்
மஞ்சப்பட்டினத்தில் சம்பவம்

ராமநாதபுரம், ஜூன் 18.

பரமக்குடி தாலுக்கா மஞ்சப்பட்டினத்தில் கிராமவாசிகள் சென்ற பிரமோதூத வருஷம் வைகாசி மாதம் சுமார் 2500 ரூபாய் செலவில் ஸ்ரீசடையப்ப ஸ்வாமி ஆலயத்துக்குக் கும்பாபிஷேகம் செய்தனர். மேற்படி

கிராமவாசிகள் அவ்வருட முதல் க்ஷீணித்து வருவதாகக் கருதினர். எனவே ஆலயத்தின்மீது வெறுப்புற்று சென்ற ஞாயிறன்று அவர்கள் அந்தக் கோயிலைப் பின்னப்படுத்தி அதிலிருந்த மூலவர், 8 அடி உயரமுள்ள காத்தாயி அம்மன் விக்ரகம், இன்னும் பல விக்ரகங்களையும் அப்புறப்படுத்தி வைகை நதிக்கரையோரமாக வைத்துவிட்டனர். இப்போது அவ்வாலயத்தில் பூஜை கிடையாது.

இது விஷயமாக கிராமத்தில் விசாரித்தால், அவர்கள் அனைவரும் ஏகோபித்தே இக்காரியத்தைச் செய்தனரென்று கூறப்படுகிறது.

இப்போது என்ன சொல்கிறீர்கள்? இவ்வளவு "பிரகஸ்பதிகள்" இருக்கும் நாட்டிலே, காத்தாயி பேசினதாகவும், கதிரவன் கண்ணீர் விட்டதாகவும் நான் கூறுவதுதானா, அளப்பு! 1640—1740—1840—இந்த ஆண்டுகளில் நடைபெற்ற சம்பவமல்ல, நினைவிருக்கட்டும்! 1940-க்குப் பிறகு நடைபெற்ற சம்பவங்கள்! அதாவது நாம் சுயராஜ்யத்துக்குத் தகுதியானவர்கள் என்று மாபெருந் தலைவர்கள், மன்றமேறிப் பேச ஆரம்பித்த பிறகு, நடைபெற்ற நிகழ்ச்சிகள்!!

இந்தப் பேதமை என்று ஒழியும்? எப்போதுதான் இவ்விதமான ஆபாசக் கருத்துக்கள் நமது மக்கள் மனதை விட்டு அகல்வது?

மௌனந்தான் பதிலா? வேறு பதில் கூறும் தீரர்கள் இல்லையா? இந்தக் கோசமான நிலைமையை மாற்றி, அறிவுதுலங்கச் செய்ய, மக்களை

பகுத்தறிவாளர்களாகும்படிச்செய்ய, வீரர்கள் இல்லையா! நமக்கென்ன என்று இருந்து விடுவதும், நம்மால் ஆகுமா என்று பெருமூச்சு விடுவதும் அறிவாளரின் போக்காக இருந்திடலாமா? எவ்வளவு சிறுபிள்ளைத்தனமாக—நடந்துகொள்கின்றனர், பாமரர் என்பதை எடுத்துரைக்க அஞ்சுவது அறிவுடைமையுமல்ல; ஆண்மையுமாகாது. சிலர் துணிந்து இந்தச் சீர்கேடுகளைப் போக்க, மக்களின் மனதிலே திணிக்கப்பட்டுள்ள மதியீனத்தைக் கண்டிக்க முன்வருகிறார்கள் என்றால், அவர்களையுமல்லவா, 'கற்று மறந்த கண்ணியர்கள்' கண்டிக்கிறார்கள். காட்டு மிராண்டித்தனத்தைக் களையவும் துணிவில்லை, துணிவுள்ளோர் களைய முற்பட்டால், பாராட்டும் பண்பும் இல்லை, மாறாக, கண்டிக்கிறார்களே!!

2. வள்ளிநாயகியின் கோபம்

“வள்ளி! இப்படி அடிக்கடி கோபித்துக்கொண்டால் என்னதான் செய்வது? நான், உன் மனம் கோணும்படி, நடந்துகொண்டதுண்டா? ஏன் முகவாட்டம்? எவ்வளவோ தொல்லைகளை நான் பட்டவண்ணம் இருக்க நேரிடுகிறது. திருப்புகழ் பாடிப்பாடி அழைப்பவரை நாடிச் சென்று, அவர்கள் நாவில் உறையும் வார்த்தைகளுக்கும் நெஞ்சிலுள்ள எண்ணங்களுக்கும் பொருத்தமிருக்கிறதா என்று கண்டறிய வேண்டி பாடுபட நேரிடுகிறது. இனிய குரலிலே பாடுகிறார்கள்! என்னப்பனே! முருகா! என்று உருகும்போது, ஒரு விநாடி நானே மயங்கிவிடுகிறேன். கூர்ந்து பார்க்கும்போது தான், அந்த உருக்கமான குரல் எனக்கல்ல, பொன்னுருக்கு மேனியாளாகிய ஒரு பாவைக்கு என்பது புரிகிறது! இப்படி பரீட்சை பல நடத்தி வரவேண்டி இருக்கிறது. அலுவலை முடித்துக்கொண்டு அலுத்து வீடு திரும்பினால், நீ உன் அழகை மறைத்துக்கொண்டு என்மீது அனலை வீசுகிறாய். இது ஏன் என்று கேட்டாலோ புனலைச் சொரிகிறாய், வள்ளி! உள்ளதைச் சொல்லு! கள்ளத்தனமாக உந்தனை நான் அன்று காண வந்தேனே தினைப்புனந்தன்னில், அன்று இருந்த அன்பு, ஏன் இப்படிக் குறைகிறது?” என்று ஆறுமுகனார், கண்களைத் துடைத்தவண்ணம் இருந்த, வள்ளி நாயகியைக் கேட்டார்.

“என் துக்கம் என்னோடு இருக்கட்டும், நீர் ஏன் வீணாக வேதனைப்பட வேண்டும். உமக்கு என்னைப்பற்றி என்ன அக்கரை வாழுகிறது?” என்று விம்மி விம்மிப் பேசலானாள் வள்ளிநாயகி.

“கையிலே அல்ல வள்ளி! வேல், இப்போது என் நெஞ்சிலே பாய்ந்துவிட்டது” என்று சற்றுக் கோபமாகப் பேசினார் கந்தன்.

“விஷம் பாய்ந்தது, அப்பாவுக்கு!” என்று கோபத்தினூடே கொஞ்சம் கேலியைக் கலந்து தந்தார் அம்மையார்.

“குறும்பு, வள்ளி, உனக்கு. இதோ பார், என்ன குறை மனதில்” என்று கொஞ்சுமொழி பேசலானார், முருகன்.

“சொல்ல வேண்டாமென்றால் முடியவில்லை. பூலோகத்திலே, அதிலும் குன்றுதோறும் உமக்குக் கோயில் கட்டிக்கொண்டாடும் தமிழ்நாட்டிலே, நாத்திகம் நாற்றமடிக்கிறதே, நீர் கவலையற்று இருக்கிறீரே, சரியா?” என்று வள்ளி நாயகி விளக்கமுறைக்க, வேலவன், அம்மையை நோக்கி அழகான ஒரு சிரிப்பருளிவிட்டு, “அந்த ஈரோட்டுப் பாசறையினரையோ!” என்று கேட்டார். “அல்ல! அல்ல! அவர்களை அல்ல! அவர்கள் ஆறுமுகமும் வேண்டாம், மும்முகமும் வேண்டாம், ஆண்டவன், அன்பர் நெஞ்சிலுறையட்டும் என்று கூறுகிறார்கள். அவர்களை அல்ல நான் கூறுவது— வேலவா— பழனியப்பா— என்று பரம பக்தர்கள்போல, உமது புகழைப்பாடி, காவடிதூக்கி ஆடுகிறார்களே, அவர்கள்தானே, தமிழகத்திலே பெரும்பான்மையினர், அவர்களைத்தான் கூறுகிறேன்— அவர்கள் உம்மைப் போற்றுவதும் புகழ்வதும் வெறும் சூது— பொய்—முகஸ்துதி— ஏமாந்து போகிறீர்! அவர்கள் உண்மையிலே, உம்மை, உமது நடைமுறையைக் கேலி செய்கிறார்கள்— கண்டிக்கிறார்கள்” என்றாள் நாயகி. வேலவன் உண்மையாகவே கோபமடைந்து, “ஆஹா! சூரபதுமன் முதலாயோர் தோற்றோடினதை நீ அறியாயோ, பெண்பாவாய்! நம்மை நிந்திக்கவும், நமது வாழ்க்கை முறையினைக் கண்டிக்கவும் முற்பட்ட மூர்க்கர் யார், எத்திக்கு உள்ளனர் கூறு— எறிகிறேன் வேலாயுதத்தை” என்று கூற, வள்ளி அம்மை சற்று களித்து, “இப்படி நானாகச் சொன்னால்தானே உமக்கு விஷயம் புரிகிறது. இதோ பாருங்கள் நாதா! தாங்கள் என்னைக் கண்டு, காதல் கொண்டு.........” என்று விவரிக்கும்போது, வள்ளிநாயகன்

இடைமறித்து, "வள்ளி முழு உண்மை பேசு, நான் காதல் கொண்டதாகக் கூறுகிறாயே—உன் நிலையைக் கூறாமல்! இருவரும் கண்டோம் காதலித்தோம், என்று கூறு......" என்று திருத்த, அம்மை அதனை ஒரு புன்னகையால் அங்கீகரித்துக்கொண்டு, மேலால் பேசலானார்.

"என்னைத் தாங்கள், தங்கள் தேவியாக ஏற்றுக்கொண்டீர். முதலில் தேவயானை— பிறகு நான், அல்லவா? இந்த இருதார மணத்தை, நீர் இடைவிடாமல் மயிலேறி வலம் வரும் இன்பத் தமிழ் நாட்டினர், கேவலம், அக்ரமம் அநீதி என்று பேசி, ஏசி, இருதார மணம் செய்துகொள்வோர், கடின சித்தமுடையவர்கள், பெண்களின் இருதயத்தைப் பிளப்பவர்கள், என்றெல்லாம் கடிந்துரைத்து, ஒரு மனைவி உயிருடனிருக்கும்போது வேறோர் பெண்ணைக் கலியாணம் செய்வதைத் தடுத்தாலொழிய பெண்களின் வாழ்வு வதைபடும் என்று வாதாடி, இருதார மணத்தை இனி அனுமதிக்கப் போவதில்லை, சட்டம் செய்துவிடுகிறோம் என்று கூறி, சட்டசபையில் இதுபற்றிக் கண்டவர் கண்டபடி பேசி ஏசி, கடைசியில் ஏகதாரம்தான் சட்டப்படி செல்லும், ஏதேனும் தக்க காரணம் காட்டி முதல் மனைவியை சட்டப்படி விலக்கினால் மட்டுமே, வேறு ஓர் மங்கையைக் கலியாணம் செய்து கொள்ளலாம், என்று சட்டமே செய்துவிட்டனர்" என்றார் வள்ளியம்மை.

"சட்டமே செய்துவிட்டார்களா? தமிழ் நாட்டிலா?" என்று கேட்டார் முருகர்.

"ஆமாம், ஆமாம்! அழகுக்குத் தெய்வம், தமிழுக்குத் தெய்வம் என்று உம்மை வழிபடுவதாகக் கூறும், அதே தமிழ்நாட்டிலேதான், உம்முடைய வாழ்க்கை முறையையே குடும்ப அமைப்பையே, காதற் திருவிளையாடலையே கண்டிக்கும் போக்கிலே, சட்டம் செய்துவிட்டார்கள். கேட்டதுமுதல் எனக்கு பெரும் விசாரம். தேவயானை

வீட்டிலே திருநாளாம்! நாதா! தேவயானை இருக்க என்னை நாயகியாகத் தாங்கள் கொண்டது, கேலிக்குரியதாக, சட்டப்படி முறையற்றதாக, உமது பக்தர்களாலேயே கருதப்பட்டு பேசப்பட்டால், என் மனம் வேதனை அடையாமல் இருக்குமா? உமது பக்தர்களுக்கு இது அடுக்குமா? முறையா? இருதாரம் கூடாது என்று சட்டம் இப்போது! இது நிலைத்துவிட்டால் அடுத்த தலைமுறையினர், 'இரண்டு பெண்டாட்டிக்காரர்கள்' என்று முன்னவர்களைக் கேலி பேசுவரே! பிறகு இருதாரமுடைய உமக்கும் திருப்புகழ் குறையுமே! ஏனோ தாங்கள் இவைபற்றி யோசியாமல், மயிலுண்டு மலையுண்டு என்று இருக்கிறீர்?" என்று அம்மை விளக்கவே ஐயன், உண்மையாகவே கோபங்கொண்டு, "இருதாரம் கூடாது என்று சட்டம் செய்தவர்கள், உண்மையில் என் வாழ்க்கை முறையை இகழ்ந்தார்கள் என்றுதான் பொருள். அவர்களைச் சும்மா விடக்கூடாது. கூப்பிடு மயிலை! கூறு, தமிழகத்திலா இந்த அதர்மச் செயல் நடந்தது? வள்ளி! கோபிக்காதே! மறந்துவிட்டேன், யார் அங்கே மந்திரி? அங்கு அடிக்கடி மாறிவிடுவதால் கவனம் வைப்பது கஷ்டமாகிறது" என்று கேட்க "சட்டம் இயற்றிய முதல் மந்திரி ஓமந்தூர் இராமசாமி ரெட்டியார்" என்றார். "ஓமந்தூராரா? அவர் நமது பக்தராயிற்றே!" என்றார் முருகன்! "பக்தன் செய்கிற செயலா இது! மற்றவர்கள் ஏதேதோ காரணம் காட்டி, இருதாரம் கூடாது என்று வாதாடினாலும், அவர் உண்மையாகவே, உமது பக்தராக இருந்தால், என்னப்பன் முருகனே இருதாரம் கொண்டார் என்று எடுத்துக்காட்டித் தடுத்திருக்கமாட்டாரா, சட்டத்தை" என்று அம்மை கூறிட, வேலவன், "ஆமாம்! என் பக்தன்போல் வேடமிட்டு, என் வாழ்க்கை முறையையே கேவலமாக்கும் சட்டம் இயற்றிய ஓமந்தூராரை நேரிலேயே சென்று கேட்கிறேன்" என்று கூறிவிட்டு, மயிலேறி மறைந்தார்.

வள்ளி அம்மை, ஆனந்தமாக, பலகணி அருகே சென்று தெய்வயானையின் மாளிகையை நோக்கிய வண்ணம்,

"குதிக்காதே தேவா! குமரன் போயிருக்கிறார், குறும்புச்சட்டத்தை நொறுக்க" என்று மெல்லக் கூறியபடி இருந்தார்.

சிறிது நேரத்திற்கெல்லாம், மயிலேறும் பெருமாள், வந்தார், முகத்திலே வாட்டத்துடன்.

வள்ளி கோபக்குறியுடனேயே வரவேற்று, "ஏன்! உமது வாதம் ஏதும் பலன் தரவில்லையோ?" என்று கேட்க, முருகன், "வாதமா! ஓமந்தூரார் பேசவே இல்லையே என்னிடம்" என்று கூற, "ஏன், பேசவே இல்லையா! இப்படி உம்மை அவமதிப்பவரை பக்தர் என்று நம்புகிறீரே! ஏன் பேசவில்லை?" என்று கேட்டார். முருகன் வேலாயுதத்தை ஒரு புறம் வீசிவிட்டு, மயிலை விரட்டியபடி, "கிருத்திகையாம் இன்று! கிருத்திகையன்று மௌனவிரதம் இருக்கும் வழக்கமாம் ஓமந்தூரார். அதனால்தான் பேசவில்லை" என்றார். வள்ளியின் கோபம் கரை புரண்ட வெள்ளமாயிற்று—நான் இந்தச் சமயம் இங்கிருத்தல் ஆகாது என்று பறந்து சென்றேன், பக்கத்துச் சோலைக்கு.

குமரன் கொலுமண்டபத்துக் 'குயில்' எனக்குச் சொன்ன 'சேதி' இது! நம்பமாட்டீர்கள்! முருகனும் வள்ளியும் பேசுவதாவது, அதைக் குயில் கேட்டுவந்து கூறுவதாவது; இதெல்லாம் நம்பக்கூடிய விஷயங்களா, என்பதால் அல்ல! இவனிடமாவது குமரனிடம் பழகும் குயில் பேசுவதாவது!—என்றுதான் கூறுவீர்கள். முருகன் வள்ளி பேசக்கூடும் — குயில் அதைக் கேட்கவும் கூடும்! பிறரிடம் குயில் பேசுமா?—என்றுதான் எண்ணுவீர்கள்—மன்னிக்கவும்—எண்ணுவார்கள், எத்தர்களால் ஏமாளிகளாக்கப்பட்ட விசித்திர சித்தர்கள்.

குயில் கூறிற்றோ இல்லையோ கிடக்கட்டும், குமரனும் வள்ளியும் இருதார தடைச்சட்ட சம்பந்தமாக வேறு என்ன

முறையிலே பேசியிருக்கமுடியும்—அதை எண்ணிப் பார்க்க வேண்டுகிறேன்.

நாட்டிலே உருவாகிக்கொண்டுவரும் புதியநிலைகள் நமது கடவுள்களின் பழைய நடவடிக்கைகளைக் கண்டனத்துக்கு உரியனவாக்கி வருகின்றன — இதை உணர்ந்துகொண்டால் போதும்.

3. அவன் பித்தனா?

"நண்பா! பரதா! 5 காட்சிகளிலே அமைந்துள்ள இந்த நாடகத்தை வெளியிடு" என்று வீரன் கூறி, ஒரு கட்டுக் காகிதத்தைக் கொடுத்தான்.

"கற்பனையா, நிஜமா?" என்று நான் கேட்டேன்.

"நிஜமும், என் நினைப்பும், இணைந்தது இந்த நாடகம்" என்றான் வீரன்.

"காரசாரமானதோ?" என்றேன்.

"கண்ணீருங் கம்பலையுங் கலந்தது" என்றான் அவன்.

இதோ பார், பரதா! மூன்று செய்திகள்: காளி விக்ரகத்தை உடைத்தவன் கதை, பட்டினியால் மாண்டவர் பரிதாபம், தங்கக் குடை சமர்ப்பிக்கும் தனவணிகர் வரலாறு. இம்மூன்றையும், படித்துப் படித்து, ஏதேதோ எண்ணினேன், கனவிலே, கண்டேன், இக்காட்சிகளை. காலையிலே தீட்டி, உன்னிடம் இதோ நீட்டினேன் — என்று வீரன் விளக்கங் கூறினான்.

அவன் தந்த மூன்று செய்திகள், நிஜமாக நடந்தவைகள் தினசரிகளில் வெளிவந்தந்தவை. நேயர்கள் படித்திருப்பர்.

சில்ஹெட், என்ற இடத்தில் உள்ள பிரசித்தி பெற்ற காளி கோயிலின் விக்ரஹத்தைப் பைத்தியம் பிடித்த இந்து ஒருவன், தூள்தூளாக நொறுக்கிவிட்டதாகக் கூறப்படுகிறது. காளியைப் பார்த்து அவன் ஏதோ சில கேள்விகள் கேட்டான்; பதில் கிடைக்காது போகவே அவன் கோபங்கொண்டு விக்ரஹத்தை

உடைத்துவிட்டானாம். மேற்படி கோயில் இந்த ஜில்லாவில் ரொம்பப் புராதனமானதாகும்.

5-7-'43 சுதேசமித்திரன்

ஸ்ரீ எம். சி. டி. சிதம்பரம் செட்டியார் திருமலை கோயிலுக்குச் சுமார் ரூ.15,000 மதிப்பில், தங்கக்குடை சமர்ப்பிக்க நிச்சயித்திருக்கிறார். நேற்று நடந்த தேவஸ்தானக் கூட்டத்தில் அதை வந்தனத்துடன் ஸ்வீகரிக்க ஒப்புக்கொண்டார்கள்.

இக்கொடையை முக்கிய தினங்களிலும், வெள்ளித் தேர்மேலும், உபயோகிப்பார்கள்.

4-7-'43 சுதேசமித்திரன்.

இன்று காலை கூடிய ஒரிசா சட்டசபையில் கேள்விகளுக்குப் பதில் அளிக்கும்பொழுது, மாகாணத்தில் பட்டினியால் பலர் மரணமடைந்ததாக அறிவிக்கப்பட்டது. நல்உணவின்றி எழுபதுபேர் மாண்டதாக, பாலசோர் மாஜிஸ்ட்ரேட்டிடமிருந்து அறிக்கை கிடைத்ததாகவும், அவ்விதம் இறந்தவர்கள், இப்பொழுதைய வாழ்க்கை சம்பந்தமான கெடுதலான நிலைமையையும் உணவுக் குறைவையும் தாங்கமுடியாமல் மரணமடைந்ததாகவும், பட்டினியினால் மரணமடைந்தவர் தொகை சரியாகத் தெரியவில்லையென்றும் குறிப்பிடப்பட்டது.

4-7-'43 சுதேச மித்திரன்.

இனி, வீரனின் கனவுக் காட்சிகளைக் காணுங்கள்.

காட்சி 1

மாரி, தொடுக்கும் மான நஷ்ட வழக்கு!

இடம்: கற்பனைபுரி கோர்ட்.

காளி, மகமாயி என்று அழைக்கப்படும், மாரியாகிய நான் உங்கள் கோர்ட் முன்பு கொடுத்துக்கொள்ளும் மான நஷ்ட வழக்கு மனு என்னவென்றால்,

சில்ஹாட் வாசி, என்னும், எதிரி என்னை அகாரணமாக ஏதேதோ கேள்விகள் கேட்டபோது, நான் பதில் சொல்லாதிருந்தது கண்டு, என்னைக் கண்டபடி ஏசியதுடன், என் உடையைச் சுக்கு நூறாகக் கிழித்து எறிந்தான். இதனால் நான் வெகு காலமாக மதிப்போடு வாழ்ந்து வந்த இடத்திலே, எனக்கு மானபங்கம் ஏற்பட்டதுடன், பலபேர் பலவிதமாக என்னைக் கேலியாகப் பேசினதால், எனக்கு வழக்கமாக ஊரார் செலுத்திவந்த காணிக்கையும், சேவையும், மரியாதையும், இனிக் கிடைக்காது என்று அஞ்சவேண்டிய நிலை ஏற்பட்டுவிட்டது. என் பெயருக்குப் பங்கமும், என் நிலைமைக்கு மோசமும், என் வருவாய்க்குக் குறையும் நேரிட்டுவிட்டதால், காருண்ய மிகுந்த கோர்ட்டாரவர்கள், எதிரியை விசாரித்து தக்க தண்டனை அளிப்பதோடு, என் உடையைப் புதுப்பித்துக் கொள்ளப் பொருளும், என் மானநஷ்டஈடாகப் பொருளும் எதிரி தரவேண்டும் என்று உத்தரவிடக் கோருகிறேன்.
இங்ஙனம் நியாய சபையை நாடி வரும் மாரி.

மாரி வக்கீல் மன்னார்சாமி, எதிரிக்கு வக்கீல் இல்லை.

***

நீதிபதி: சில்ஹாட்வாசி, நீதானா?

சி: நானேதான்!

நீ: மாரியின் வழக்கு மனுவைப் படித்தோம், கேட்டாயா?

சி: ஆஹா! எனக்கென்ன கேளாக் காதா? நன்றாகக் கேட்டது.

நீ: கோர்ட்டிலே, கேட்கும் கேள்விகளுக்குப் பதில் கூறவேண்டும், அதிகப் பிரசங்கித்தனம் கூடாது.

சி: உண்மைதான்! இருதரப்பிலும் இருக்கக்கூடாது.

நீ: மாரியின் வழக்கு மனுவிலே சொல்லியிருப்பது..................

சி: உண்மை. ஆனால் பூர்த்தியல்ல. மாரியை, நான் ஏசி உடையைக் கிழித்தேன் என்பதோடு, சரியான உதை கொடுத்தேன் என்பதையும், சேர்த்துக்கொள்ள வேண்டுகிறேன்.

மாரி வக்கீல்

மன்னார்: இது அவசியமற்றது. கோர்ட்டார் இதை நிராகரிக்க வேண்டுகிறேன்.

நீதி: மாரி! உதைபட்டது உண்மையா?

மாரி: ஆமாம்.

நீ: சரி! உன் வாக்குமூலம் கூறு. ஏன் இத்தகைய செயல் செய்தாய்?

சி: மாரியைக் கேட்கலாமே?

நீ: நீ, ஏதேதோ கேள்விகள் கேட்டதாகவும், அவைகளுக்கு, மாரி பதில் கூறவில்லை என்றும், பிறகு நீ இவ்விதம் செய்தாய் என்றும், மாரியின் வழக்கு மனுவில் இருக்கிறது.

சி: சரி, பிறகு என்னைக் கேட்பானேன்? நடந்தது அதுதான்.

மன்னார்: நீ யார், மாரியை ஏச, அடிக்க, உனக்கென்ன உரிமை?

சி: மாரிக்கு நான் அடிமையாக இருந்திருக்கிறேன், வாழ்த்தி இருக்கிறேன், வணங்கி இருக்கிறேன், அந்த உரிமை இருந்தது போலவே கோபிக்க, கண்டிக்க, அடிக்க உரிமை உண்டு.

மன்னார்: யார் அளித்த உரிமை?

சி: சீமான் இந்து அளித்த உரிமை.

மன்னார்: அதற்கு ஆதாரம்?

சி: கோயில், குளம், குங்குமப் பொட்டு.

நீ: என்னடா உளறுகிறாய்?

சி: உளறவில்லையே! இந்து மதத்தைச் சார்ந்தவருக்கு, இவ்வுரிமை உண்டு என்றேன். இதனை ருஜுப்படுத்தும் ஆதாரங்களாகவே குளம், கோயில், மதக்குறி உள்ளனவென்று உரைத்தேன். என்னை மாரிமுன் மண்டியிடச்சொன்ன மனமே,

அவள் மண்டையைப் பிள என்று கட்டளையிட்டது. எந்தக் கரங்கள் காளியைத் தொழுதனவோ அதே கரங்களே, சம்மட்டியால் அவளைத் தாக்கத் துணிந்தன. எந்தக் கால்கள், அவள் மாளிகையைச் சுற்றிச் சுற்றி வந்தனவோ, அவைகளே, அவளை உதைத்தன, எந்தவாய் அவளை, மாதாவே மாகாளி, மகேஸ்வரி, லோகநாயகி, என்று பஜித்ததோ, அதே வாய்தான், பாதகி! படுமோசக்காரி! பாசாங்குக்காரி! கல்லே! கட்டையே! என்று மாரியைத் தூஷித்தது. அவளுடைய பரம பக்தன் நான், நானே அவளுக்குப் பரம விரோதியானேன். அவளுடைய குண விசேஷங்களைக் கேட்டுக் கும்பிட்டுக் கூத்தாடினேன், அவள் செயலைக்கண்டு, சீறித் தாக்கினேன். நான் செய்தது தவறு என்று, உங்கள் மேஜைமீது அடுக்கடுக்காகக் கிடக்கும் புத்தகங்களிலே எழுதப்பட்டிருக்கும். எனக்கு என் மனமே சட்டப்புத்தகம்.

நீதி: உன்னைக் கும்பிட்டுக் கூத்தாடச் சொன்னது யார்? பிறகு கோபித்துத் தாக்கச் சொன்னது யார்?

சி: விளக்கமாகக் கூறட்டுமா? என்னைக் கும்பிடச் சொன்னது, என் மூடத்தனம்; அடிக்கச் சொன்னது என் ஆத்திரம்.

நீதி: ஆத்திரமா? அது குற்றம், சட்டப்படி!

சி: ஆத்திரத்துக்குச் சாத்திரமேது?

மன்னார்: கோர்ட்டாரவர்களே! இந்தப் போக்கிரி என் கட்சிக்காரியிடம் கெஞ்சிக் கூத்தாடிக்கொண்டிருந்தது உண்மை. ஆனால், என் கட்சிக்காரர் அவ்விதம் செய்யும்படி, இவனைக் கேட்டுக்கொள்ளவில்லை. இவனாக ஆடினான், பிறகு ஏதேதோ கேள்விகள் கேட்டான்.................

நீதி: மாரி! இவன் கேட்ட கேள்வி என்ன?

சி: சொல்லம்மா, மாரி, சொல்லு!

மன்னார்: நான் இதை ஆட்சேபிக்கிறேன்.

நீதி: இது நீதிசபை என்பதைக் கவனப்படுத்துகிறேன்.

மாரி: உனக்குக் கண்ணில்லையா? உன் காது செவிடா? நீ அயோக்கியர்களுக்கும் அக்ரமக்காரர்களுக்கும் துணை செய்யலாமா? அவர்களை அழிக்காத காரணம் என்ன? என்று பலபல கேள்விகள் கேட்டான்.

சி: இவ்வளவுதானா கேட்டேன்? ஏன், மறைக்கிறாய்? எங்கும் நிறைந்திருப்பாள் என் தாய்! எதையும் செய்யவல்லாள் என் மாதா! என்று ஊராரை மயக்கும் உடுக்கைச் சத்தக்காரன் கூறுகிறானே, மாரி! இதோ, வந்திருக்கிறேன், இருதய சுத்தியோடு, ஏழை, உழைத்து உழைத்து ஓடாய்ப் போனவன், ஒருவருக்கும் ஒரு கெடுதியும் செய்யாதவன்! நீயேகதி என்று நம்பி வந்திருப்பவன். உன் அருளைப் பெறத்தவம் கிடப்பவன்! அம்மே! அஷ்ட ஐஸ்வரியம் கேட்கவில்லை! அடுத்த வீட்டிலே உள்ளவனை அடுத்துக் கெடுக்கும் அக்ரமத்துக்குத் துணை செய்யச் சொல்லி அழைக்கவில்லை. வாழ வழி கேட்கிறேன், விளக்கேற்றுகிறேன் உன் கோயிலில், வீட்டிலே உள்ள இருளை ஓட்டச் சொல்கிறேன்! ஆனால், என்னை என்ன கதியில் வைத்திருக்கிறாய்! எலும்பு முறிய வேலை வாங்கும் எத்தன் என் முதலாளி, அவனுக்கல்லவா, வைரத்திலே மோதிரங்கள். அக்ரமம் செய்கிறான் ஆறுமுகம், அகப்பட்டதைச் சுருட்டுகிறான் அயிராவதம், அவர்கள் வாழ்கிறார்கள், நிம்மதியாக. ஏனம்மா உன் மந்திரவாளை வீசி அந்த மாபாவிகளைச் சம்ஹறிக்கக்கூடாது! ஏழை, நான் அழுகிறேன், ஏனென்று கேட்கவில்லை! அருளைப் பொழிகிறாய், அநீதி புரிவோருக்கு. நான் நாடி வருகிறேன் உன் கோயிலுக்கு, உன் நாட்டமோ நயவஞ்சகர்களைக்

கொழுக்க வைப்பதிலே இருக்கிறது! பசுவைப் பட்டினி போடுகிறாய், புலிக்கு இரத்த பானம் தருகிறாய்! குழந்தையைக் குற்றுயிராக விட்டுவிட்டு, கொல்லும் பாம்புக்குப் பாலூட்டுகிறாயே! இதுவா நீதி! இதுவா நேர்மை! இதுவா, உன் அருள்? இதைச் செய்யவா உனக்கு மனம் இடம் தருகிறது! ஏன் இப்படி ஏழைகளை ஏக்கத்திலே தள்ளிவிட்டு வேடிக்கை பார்க்கிறாய், எத்தர்களை வாழச்செய்து அக்ரமம் செய்கிறாய்! பக்தர்களை ரட்சிக்கத்தானே கோயிலில் குடி இருக்கிறாய் கொட்டுமுழக்கு கேட்கிறாய்! கோலாகலத் திருவிழா கேட்கிறாய்! எதிலேயாவது இந்த ஏழை, என்போன்ற ஏழைகள், உன் மனம் கோணும்படி நடந்துகொண்டதுண்டா? பூஜை செய்யத் தவறினோமா? பக்தி செலுத்தத் தவறினோமா? வயிற்றைக்கட்டி வாயைக்கட்டிக்கூட, உனக்குச் செலுத்த வேண்டிய காணிக்கையைச் செலுத்திக்கொண்டுதானே வந்தோம்! சொல், சொல்லம்மா, மாரீ! சொல்! ஏன், எங்களைக் காப்பாற்ற முன்வரவில்லை! காதகர்களிடம் கருணை காட்டினாயே, நியாயமா? அனாதரட்சகி என்ற பட்டமா உனக்கு! இதோ அனாதை வந்திருக்கிறேன்—அக்ரமக்காரர்களை வாழவைக்கும் உன்னைத்தான் காண வந்திருக்கிறேன்—உன் கலியாண குணங்களை நாக்கிலே வறட்சி உண்டாகும் அளவுக்குக் கத்திக்கத்திப் பூசித்து வந்தேனே, அந்த பக்தன், இதோ வந்திருக்கிறேன். அம்பாள் கண்திறந்தால் மலைபோல் வந்த துன்பம் பனிபோலப் போய்விடும் என்று மற்றவர்களிடம் பேசிக்கொண்டிருந்த மந்தமதி படைத்தவன் வந்திருக்கிறேன், அவள் அறிவாள் அனைத்தையும், பழிபாவம் இருக்கும் இடமறிந்து பஸ்மீகரம் செய்வாள், பஞ்சை பராரியைப் பரிவுடன் ரட்சிப்பாள், என்று மற்றவர்களிடம் பேசித் திரிந்து வந்த பக்தன் வந்திருக்கிறேன். இதற்கு முன்பு எத்தனையோ தடவைகள் கற்பூரமும் தேங்காயும், பழமும் படையலும் ஏந்திக்கொண்டு வந்தவன். பாரம்மா, மாரி! பார், தெரிகிறதா, நான்—நம்பி மோசம் போனவன் வந்திருக்கிறேன், கணக்குக் கேட்க வந்திருக்கிறேன், கண்திறந்தபடி வந்திருக்கிறேன், கருத்திலே

புது அறிவு தோன்றியது அதனால் வந்திருக்கிறேன், கேட்கிறேன் பதில்கூறு, ஆமாம்! நெஞ்சிலே கொஞ்சமும் வஞ்சகமில்லாதவன் கேட்கிறேன், உண்மையைக் கூறு. பணக்காரனுக்குப் பக்கமேளம் அடிப்பதா உன் வேலை, அக்ரமக்காரனுக்குத் துணை செய்வதா உன் குணம், இதுவா தெய்வீக இலட்சணம், இதற்கா என்போன்ற ஏழைகளிடம் பூஜை பெறுகிறாய், பெற்ற பூஜைக்கு, என்ன பலன் தந்தாய், இதோ பஞ்சடைந்த கண்கள், பார்! பக்தன் நான், படையலிடுகிறேன் உனக்கு, எனக்குப் பஞ்சடைந்த கண்கள், எலும்புக்கூடு என் தேகம், என் எதிரே, நீ, அலங்காரம், அபிஷேகம், ஆராதனை, நீதிதானா—தாய்! ஜென்மாதா! யாருக்கு? எனக்கா! ஏழைக்கா! சொல், சொல்லம்மா சொர்ணாலங்காரியே! சொல்! சோற்றுத் துருத்திகளைச் சொகுசாக வாழவைத்துக்கொண்டிருக்கிறாயே, சரியா முறையா—சொல்—சொல்—வெட்கத்தால் வாயடைத்து விட்டதா—பயத்தாலே மௌனமாகிவிட்டாயா—பயமாகவா இருக்கிறது, பராத்பரீ, பயமா, என்னிடமா? பக்தன் நான், ஏன் பயம்? எப்படி இல்லாமல் போகும், பக்தன் விழித்துக் கொண்டுவிட்டானே, இனி விபரீதம் நேரிடுமே என்று பயப்படத்தான் செய்வாய்—நடுங்கு, நல்லவர்களை நலியச் செய்த உன்னை நேருக்குநேர் நின்று கேட்கிறேன், பதில் கூறு, வக்கு இருந்தால், என்மீது தவறு இருந்தால் எடுத்துக்காட்டு— உன்மீதுள்ள குற்றங்களை நான் எடுத்துக்காட்டினேன், தைரியமிருந்தால், மறுத்துப் பேசு! ஊமையாக மட்டும் இராதே! உன்னைச் சும்மாவிடமாட்டேன்! உலகறியச் செய்வேன் உன் சூது சூழ்ச்சிகளை! வாய்திறந்து பேசு! கடுகளவு தவறு என்னிடம் இருந்தாலும், எடுத்துக்காட்டு— கல்லாக மட்டும் இருந்துவிடாதே—பக்தன்! பதைக்கிறேன், பதில்கூறு—உம்! பதில்! எங்கே, நான் கேட்கும் கேள்விகளுக்குப் பதில்—பதில் கூறத்தான் வேண்டும்— இல்லையானால் நான் தருவதைப் பெற்றுக்கொள்ளத்தான் வேண்டும். பூஜை செய்தபோது, வேண்டாமென்றா சொன்னாய், இதோ பூஜை கொடுக்கிறேன், தடுக்காதே, தடுக்க உனக்கு உரிமை கிடையாது! சூடம் கொளுத்தினேன்,

வேண்டாமடா மகனே! உன் வினையைத் தீர்க்க என்னாலே முடியாது, வீணாக என்னை நம்பி இதைச் செய்யாதே, உன்னை வாழவைக்கும் சக்தி என்னிடம் இல்லை! நயவஞ்சகன் உன்னைக் கெடுத்தால், நான் அவனைத் தடுத்திட முடியாது, சகல உலகையும் ரட்சிக்கும் நாயகியே! என்று என்முன் சாஷ்டாங்கமாக நமஸ்காரம் செய்து பயன் இல்லை, என்றா சொன்னாய்? இல்லையே! சூடம் கொளுத்தினேன், சோடசோபசாரம் செய்தேன்—பெற்றுக்கொண்டாய் அப்போது—இப்போது கணக்கு கேட்கிறேன், காட்டு, இல்லையானால், விழித்துக் கொண்டவன் தருவதையும் வாங்கிக்கொள்—அடித்தால், ஐயோ! பாவி! என்று அலறாதே! என் இஷ்டம் போலச் செய்வேன்! என் இஷ்டம்! முன்பு, என் மனதுக்குச் சரி என்று தோன்றியதைச் செய்தேன்—இப்போதும் அப்படித்தான்—இப்போது இது அக்ரமம்—என்று பேச உனக்கு உரிமை கிடையாது—நிச்சயமாகக் கிடையாது—இருந்தால் பேசு—உம்! வாய்திறந்து பேசு!—வந்திருக்கிறேன், வாழ்த்தி வரங்கேட்டவன்! வணங்கி வரம் கேட்டவன்! பூஜையை ஏற்றுக்கொள்ள மட்டும்தானா, புவனேஸ்வரீ, நீ! பூஜிப்பவனை ரட்சிப்பது உன்வேலை அல்ல அல்லவா! கன்னத்தில் போட்டுக்கொள்ள நான், கனதனவானுக்குக் கரும்பு ருசி போல வாழ்வு, இது, உன் நீதி! அப்படித்தானே! அம்பிகே! சொர்ணாம்பிகா! சுந்தர சொர்ணாம்பிகா! பேசமாட்டாய்—இன்னமும் பேச மறுக்கிறாய்—இந்தக் கரங்களும் இனிச்சும்மா இருக்காது! ஆமாம்—சுக்கு நூறாக்கப் போகிறேன் உன்னை—உடைத்து எறியப்போகிறேன் இப்போது—இதோ இப்போது...... என்றெல்லாம் பேசினேன்—கேள்விகளைப் பூட்டினேன்—மாரி பதில் பேசவில்லை—இன்றாவது பதில் உண்டா கேளுங்கள்—கிடையாது! மாரிக்காக வந்திருக்கும் இந்த மன்னார்சாமியாவது பதில் கூறட்டும் பார்ப்போம்.

நீதி: மாரி! இவன் கேட்ட கேள்விகளுக்குப் பதில் கூறாதது உண்மைதானா?

மாரி: ஆமாம்! என்ன கூறுவதென்பதே தெரியவில்லையே.

நீதி: சில்ஹாட்! உனக்கு வக்கீல் இல்லையே?

சி: இல்லை. தேவையுமில்லை. என் வழக்கு எப்படி முடியுமோ என்ற கவலை எனக்கில்லை. எனக்குச் சட்டங்களிலே சந்து பொந்துகள் தேடித் தப்பித்துக் கொள்ள வேண்டுமென்ற எண்ணமில்லை. என் வழக்கை நானே நடத்திக்கொள்வேன். என் கேள்விகள் நியாயமானவை என்பதை நிரூபிக்கிறேன், உத்தரவு தந்தால்.

நீதி: சரி!

சி: மாரி! உன்னை என்போன்ற பலர் பூஜித்து வருவது உண்மைதானே?

மாரி: ஆமாம்.

சி: ஏன் பூஜிக்கிறார்கள்?

மாரி: எனக்குத் தெரியாது.

சி: பூஜிக்கும்போது, என்னென்ன கூறி பூஜிக்கிறார்கள்?
மாரி: ஏதேதோ வரங்கேட்கிறார்கள். சொத்து, சுகம், பிள்ளை, பதவி, மற்றும் எதை எதையோ கேட்கின்றனர்.

சி: ஒருவருக்காவது நீ, முடியாது என்று சொன்னது உண்டா?

மாரி: ஆகட்டுமென்று சொன்னதுமில்லை, முடியாதென்று சொன்னதுமில்லை.

சி: பூஜையை வேண்டாமென்று தள்ளினது உண்டா?

மன்னார்: அது அவசியமற்ற கேள்வி, பூஜை செய்யச் சொல்லி மாரி கேட்கவில்லை.

சி: ஐயா, வக்கீலே! உமது மகள் தோட்டத்திலே உலவுகிறாள், என்று வைத்துக்கொள்ளுங்கள்.........

மன்னார்: எனக்கு மகள் இல்லை.

சி: மிக வருந்துகிறேன், இருப்பதாக எண்ணிக்கொள்வோம். வழிப்போக்கன் அவளைக் கண்டு, கண்ணே! மணியே என்று கொஞ்சினால்,............

மன்னார்: அந்தப் போக்கிரியின் பற்களை உதிர அடிப்பார்கள்.

சி: ஆம்! ரோஷக்காரப் பெண் அப்படிச் செய்யும். சோர குணமிருந்தால், நேரமில்லையே, நாளையாகட்டும், என்று குழையும்.

மன்னார்: எனக்கு அந்த விஷயம் தெரியாது.

சி: எனக்கும் அது சொந்த அனுபவமல்ல. பிறர் கூறக்கேட்டதே. மாரியும் ரோஷக்காரப் பெண்போல, பூஜை செய்பவர்களைத் தடுத்து இருக்கலாம். ஆனால், பூஜையை ஏற்றுக்கொண்டது தவறுதானே?

நீதி: சிக்கலான கேள்வி.

சி: பூஜைக்குப் பலன் உண்டு என்று நம்பும்படி செய்தது குற்றம். பூஜை பல செய்தும், பலன் தராதிருந்தது குற்றம். இதைத் தெரிந்ததும், எனக்கு ஆத்திரம் பிறந்தது, அடித்தேன், அலங்கோலப்படுத்தினேன்.

[இடைவேளைக்குக் கோர்ட் கலைகிறது]

காட்சி 2

இடம்: மாரி மாளிகை.

பாத்திரங்கள்: மாரி, பூஜாரி, மன்னார்சாமி.

[மாரி, கவலையோடு இருக்க, மன்னார்சாமி தைரியமூட்டுகிறான்]

மன்னார்: இப்படித் தைரியத்தை இழக்கக்கூடாது. தீர்ப்பு, நம் பக்கமிருக்கும். இது நிச்சயம்.

மாரி: தீர்ப்புக் கிடக்கட்டும். கோர்ட்டிலே மானம் போகிறதே. அவன் கேட்கும் கேள்விகள், ஈட்டிபோல் குத்துகிறதே.

மன்னார்: போக்கிரிப் பயல்.

மாரி: கொஞ்சம் புத்திசாலியுங்கூட. உண்மைதானே, அவன் கேட்பது. ஊரைக் கெடுப்பவர்கள் கோரிக்கொள்கிறார்கள், உழைப்பவர்களும் பூஜிக்கிறார்கள், ஏமாற்றிப் பிழைப்பவனும் என் தாயே என்றுதான் சொல்லுகிறான், ஏமாறுபவனும் என் அம்மே என்றுதான் சொல்லுகிறான். என்னால் யாருக்கு, என்ன செய்ய முடிகிறது. கெட்டவர்களை

தண்டிக்க முடியவில்லை, நல்லவர்களை ரட்சிக்கவும் முடிவதில்லை. என்னால் ஆவது ஒன்றுமில்லையப்பா, என்று உண்மையைக்கூறவோ தைரியம் பிறப்பதில்லை. [பூஜாரி வருகிறான்] இந்தப் பாவிகளோ, ஓயாது, உடுக்கை அடித்து, நான் இதைச் செய்வேன், அதைச் செய்வேன், என்று கூறி என்னை முன்னால் நிறுத்தி, இவர்கள் வயிற்றை நிரப்பிக் கொள்ளுகிறார்கள்.

பூசாரி: தாயே! உன் சக்தி உனக்குத் தெரியவில்லை. அந்த மகாபாவியால் தோஷமாக்கப்பட்ட கோயிலையும், சிலையையும், புதுப்பித்து வைக்க, "புண்யவான்கள்" கிளம்பி விட்டார்கள். விசேஷ பூஜை நடக்கப்போகிறது.

மாரி: கேட்டாயா, மன்னார்சாமி! எவனையோ, ஏய்த்து விட்டு இங்கே வந்திருக்கிறான், பூஜாரி. அவன் எவனோ, எத்தனை குடியைக் கெடுத்தானோ? யாரார் மனதைப் புண்ணாக்கிப் பணம் சேர்த்தானோ, அவனிடம் இவன் பங்கு வாங்கி, என்னைப் பங்கப்படுத்துகிறான்.

பூஜாரி: தங்கத்திலே குடம், வெள்ளியிலே மணி, முத்துமாலை.

மாரி: இன்னமுமா, இந்தச் சுமைதாங்கி வேலை எனக்கு? வேண்டவே வேண்டாம். எனக்கு எவனும் பூஜையும் செய்ய வேண்டாம். பிறகு, அந்தப் போக்கிரி செய்ததுபோல, அக்ரமமும் செய்யவேண்டாம்.

பூஜாரி: தாயே! அவனைச் சும்மாவா விடுவார்கள்? அவன் போக்கிரி என்றா எண்ணுகிறீர்? போக்கிரியல்ல! எவ்வளவோ பெரிய போக்கிரிகளெல்லாம், உன் பெயரைக் கேட்டாலே, நடுங்கிவிடுவார்களே. அவன் ஓர் நாஸ்திகன். சாமியில்லை, என்று பேசுபவன். அதை ருஜுப்படுத்தவே, கோயிலிலே புகுந்து காலித்தனம் செய்தான்.

மன்னார்: ஓஹோ! அப்படியா? சரியான பாயின்ட் கிடைத்தது, சரி புறப்படுவோம் கோர்ட்டிற்கு, பயலைத் தீர்த்துக்கட்டிவிடுகிறேன்.

காட்சி 3

இடம்: திருப்பதி.

பாத்திரங்கள்: வெங்கடேஸ்வார், மாரி, மன்னார்சாமி.

[திருப்பதி வெங்கடேஸ்வரர், அழகிய வெள்ளித்தேரில் உட்கார்ந்துகொண்டு பவனி வருகிறார்]

மாரி: மன்னார்சாமி! சூரியனுடைய கிரணங்கள், அந்த வெள்ளித் தேரின்மீது படுவதால், எவ்வளவு பளபளப்பான காட்சியாக இருக்கிறது பார்த்தாயா?

மன்னார்: தீராத வல்வினைகள் தீர்த்து வைப்பான் கோவிந்தா, என்று பக்தர்கள் கோஷித்தபடி இருக்கின்றனரே!

மாரி: ஆமாம்; அதனால்தான் அவர் ஏறாத தேர் ஏதுமில்லை, கோபாலா என்று ஜோராகப் போகிறார்.

மன்னார்: உனக்கு மட்டும் என்ன? வேண்டுமென்றால் வெள்ளித்தேர் கிடைக்காதா?

மாரி: கிடைத்ததே, உடம்பெங்கும்காயம். போதாதா? அண்ணா! வெங்கடண்ணா! வெங்குடு! (தேர் நிறுத்தப்பட்டு, வெங்கடேஸ்வார், இறங்கி வருகிறார். மாரியின், உடலெங்கும் இரத்தக்காயமாக இருப்பது கண்டு)

வெங்கட: மாரீ! இதென்ன கோலம்!

மாரி: மாயாஜாலக்காரனாச்சே! உனக்குத் தெரியாதா நான் பட்ட அவஸ்தை?

வெங்கட: என்ன நேரிட்டது?

மன்னார்: எவனோ ஒரு நாஸ்திகன், நெடுநாட்களாகக் கும்பிட்டானாம், பலன் கிடைக்கவில்லையாம், ஒருநாள் வம்புந்தும்பும் பேசி, சிலையை நொருக்கினான், உள்ளே இருந்த மாரிக்கு உடலெங்கும் உதிரங் கட்டிக்கொண்டது.

வெங்கட: ஊர் இவ்வளவு கெட்டுவிட்டதா? இப்படிப்பட்ட தொல்லைகள் நேரிடாதபடி இருக்கத்தான், நான் ஏழுமலைக்கு மேலே இருக்கிறேன். ஏறி வருவதற்குள், எந்தப் போக்கிரிக்கும் இடுப்பே முறிந்துவிடுமே!

மாரி: உன் யுக்தி யாருக்கு வரும்? இல்லாமலா, வெள்ளியிலே தேர்! வேளைக்கு ஒரு சீர்!

வெங்கட: எல்லாம், நமது பட்டாச்சாரிகளின் சாமர்த்தியந்தான், காரணம். ஒரு நல்ல சேதி தெரியுமோ? இந்த வெள்ளித் தேருக்கு, இன்னம் கொஞ்ச நாளிலே, தங்கக் குடை இருக்கும்!

மாரி: தங்கத்திலே குடையா? செலவு அதிகமாகுமே!

வெங்கட: நம்ம கையை விட்டா செலவாகப் போகிறது? நாஸ்தீகாள் நடமாடுகிற இந்தக் காலத்திலேயும், நமக்குச் சேவை செய்யும் பக்திமான்கள் இல்லாமலா போய்விட்டார்கள்.

மாரி: யாருடைய கைங்கர்யம்? யாரோ, அழகப்ப செட்டியாரென்று ஒரு பிரபு இருக்கிறாராமே, அவரா?

வெங்: சே, சே, அந்த ஆசாமி, அல்ல. இப்பத்தான் அந்த ஆள் ஐஞ்சு இலட்ச ரூபாயைக், கொட்டி அழுதான்.

மாரி: எதுக்கு?

வெங்: படிப்புக்காம்!!

மாரி: தங்கக் குடை தரப்போவது?

வெங்: M.C.T. சிதம்பரம் செட்டியார் இருக்காரேன்னோ, அவர் 15,000 ரூபாய் செலவிலே, நமக்குத் தங்கக் குடை தர்மம் செய்ய முன் வந்திருக்கிறார்.

மாரி: என்னமோ அப்பா, நீ கொடுத்து வைத்தவன். என் கதியைப்பாரு, நாத்திகப் பயலிடம் நான் அடிபட்டு, கோர்ட்டுங்கையுமாக நிற்கிறேன்.

வெங்: அதோ, யாரோ, கோவிந்தா கோவிந்தான்னு கூவிண்டு வர்ரா, நான் போய் வரட்டுமா? மன்னார்! தங்கைக்குத் துணையா இரு. தைரியத்தை விடாதேம்மா.

[வெங்கடேசர் போனதும்]

மாரி: ஏதோ, சில்காட்டான் போலச் சிலபேர், நம்மைச் சீரழிச்சாலும், சிதம்பரம் செட்டியார்களைப்போலே ஆதரிக்கிறவாளும் இருக்கா.

மன்னார்: சந்தேகமென்ன, சந்தேகமென்ன.

காட்சி 4

இடம்: ஒரிசா பிரதேசம், பாலசோர்பட்டினம்.

பாத்திரங்கள்: 70 பிணங்கள், மாரி, மன்னார்சாமி, சட்டசபை மெம்பர், மாஜிஸ்ட்ரேட்.

[வெங்கடேஸ்வரரைக் கண்டபிறகு மாரியும், மன்னார்சாமியும் ஒரிசா பிரதேசத்தில், பாலசோர் பட்டினத்திலே பிரவேசிக்க அங்கு 70 பிணங்கள் கிடக்கக்கண்டு]

மாரி: மன்னார் இதென்னப்பா கோரம்? எழுபது பிணங்கள் கிடக்கின்றன. யாரோ இரண்டு பேர் கணக்கெடுக்கிறார்கள்.

மன்னார்: நீங்கள், இப்படியே இருங்கள். நான் போய் விசாரித்துக்கொண்டு வருகிறேன்.

[மன்னார் போகிறான். மாஜிஸ்ட்ரேட்டும், சட்டசபை மெம்பர் ஒருவரும் பேசுவதைக் கேட்கிறான்]

ச. மெம்பர்: என்ன அநியாயம்? இவ்வளவு பேர் பிணமானதன் காரணம் என்ன?

மாஜிஸ்: பட்டினியால் செத்தனர்! காலம் சரியில்லை விலைவாசி உயர்வு. உணவுப் பஞ்சம். இவர்கள் பல நாளாக, வயிறார உண்ணாது குன்றிக் குன்றிப் பிறகு பட்டினியால் அவதிப்பட்டு மாண்டு போயினர்.

ச. மெம்பர்கள்: ஐயோ! இவர்களுக்கு ஒருவேளைச் சோறுதர, உத்தமர்கள் இல்லையா? தர்மவான்கள் இல்லையா? ஏழைகள் சாகிறார்களே, சோறின்றி. இவர்களைக் காப்பாற்ற ஒருவராவது, பண உதவி செய்யக்கூடாதா? எவ்வளவு கோரம். பட்டினியால் செத்தார்களே, நாமெல்லாம் உயிரோடு இருக்கிறோமே.

மாஜிஸ்: நமது பிரதேசத்திலே மட்டுமல்ல, நாடெங்கும் கஷ்டந்தான். அரிசி கிடையாது, பஞ்சம் தலைவிரித்தாடுகிறது. பட்டினியுடன் எத்தனை நாள் போராடமுடியும். பரிதாபமாகத்தான் இருக்கிறது. நாட்டிலே உள்ள சீமான்கள் இந்தச் சமயம் தர்மம் செய்தால் நல்லது. இந்தக் காலத்திலே, தர்மப் பிரபுக்கள் ஏது?

மன்னார்: தர்மப்பிரபுக்கள் இல்லாமற் போகவில்லை சார்! பேப்பரிலே, பார்த்தா தெரியுமே. திருப்பதிக் கோயிலுக்குத் தங்கக்குடை சமர்ப்பிக்க, ஒரு, புண்யவான் முன் வந்திருக்கிறார்..................

ச. மெம்பர்: இந்த 70 பிணங்களும் சிரிக்கின்றன, சார், இந்தச் செய்தியைக் கேட்டு.

[மன்னார், முகத்தைச் சுளித்துக்கொண்டு, போகிறார். மாரியிடம்போய்]

மன்னார்: யாரோ, ஏழைப் பயல்கள், இல்லாத கொடுமையால், பட்டினி கிடந்து செத்துவிட்டார்கள்.

மாரி: பட்டினி கிடந்தா? உபவாசமா?

மன்னார்: உபவாசமென்றால், உயர்தரமான பலகாரம் இருக்குமே! அசல் பட்டினிதான்.

மாரி: இந்த 70 பேருக்கு உணவளிக்க ஒருவரும் முன் வரவில்லையா?

மன்னார்: நல்ல கேள்வி கேட்டாயம்மா! யாரார் பட்டினியாக இருக்கிறார்கள், என்று பார்த்துப், படியளப்பதா, ஒவ்வொருவருக்கும் வேலை.

மாரி: நம்மைப் போன்ற மனிதர்கள், சோறு கிடைக்காது சாகிறார்களே, நமக்கிருக்கும் செல்வத்தில் கொஞ்சம், இவர்களைக் காப்பாற்ற அளிப்போம், என்று எந்தத் தர்மவானுக்கும் தோன்றவில்லையா?

மன்னார்: இது ஒரு பேச்சாகுமா? இதைப்போலப் பஞ்சம் வந்தபடிதான் இருக்கும், இதைப்போலப் பயல்கள் செத்தபடிதான் இருப்பாங்க. இவங்களைக் காப்பாற்ற ஆரம்பிச்சா, யார் மீள முடியும். ஏதோ தர்மசிந்தனை தோன்றினா, கோயில் கட்டுவாங்க, தேர் திருவிழாவுக்குப் பணம் தருவாங்க, நம்ம செட்டியார் செய்ததுபோல, தங்கக்குடையோ, வெள்ளி தீவர்த்தியோ செய்து சமர்ப்பிக்கலாம், பட்டினி கிடக்கிறவங்களுக்குச் சோறு போட ஆரம்பிச்சா, பட்டத்து ராஜாவாலேகூட முடியாதேம்மா. கோர்ட்டுக்குப் போகணும் நடம்மா.

மாரி: மன்னார்சாமி! நான் கோர்ட்டுக்கு வரப்போவதில்லை.

மன்னார்: என்ன, என்ன? கோர்ட்டுக்கு............

மாரி: வரமாட்டேன். அவன் செய்ததிலே தப்பே கிடையாது.

மன்னார்: என்னம்மா இது? ஒருமாதிரியா பேசறீங்க? உடம்புக்கு என்ன?

மாரி: அப்பா! அந்த 70 பிணங்களைக் கண்டோமே, அவர்களும் என்னையும், என் போன்ற தேவதைகளையும் கும்பிட்டவர்கள்தான். அவர்கள் குறைகளை நாங்கள் தீர்ப்போமென்று நம்பி நம்பித்தான் பக்தி செலுத்தினார்கள்; பூஜித்தார்கள்; கோயிலைச் சுற்றினார்கள்; அவர்களைக் காப்பாற்றினோமா; இல்லையே, அதோ அவர்களின் பிணம்! சில்காட்டான், இதைப்போலப் பிணமாகவில்லை. ஆனால்,

அந்த 70 பிணங்களிலே, எதை எழுப்பினாலும், அவன் என்னை அடித்தது போதாது என்று சொல்லும். அவர்கள் பட்ட கஷ்டம் கொஞ்சமா? அவர்கள் வைத்திருந்த நம்பிக்கை கொஞ்சமா? என்ன சாதித்துவிட்டோம், அந்த அனாதைகளுக்கு. எங்களுக்குக் கோயிலும் கொட்டு முழக்கும் எதற்கு? செல்வம் படைத்தவர்கள், உழைப்பால் பணம் சேர்த்தவர்கள், ஏதோ தங்கள் முயற்சியினால் பணம் கிடைத்தது என்று எண்ணாமல் எங்கள் அருளால் கிடைத்தது என்று நம்புகிறார்கள். அந்த நம்பிக்கை காரணமாக, கோயிலுக்கும் கும்பாபிஷேகத்திற்கும், குடைக்கும் தேருக்கும், பணத்தைச் செலவிட்டு, பஞ்சத்தையும் பட்டினியையும், பட்டினியால் பிணமாகும் சோகத்தையுங் கண்டாலும், கடவுளே என்று, கூறிச் சும்மா இருந்துவிடுகிறார்கள். எங்களுக்காக அவர்கள் செலவு செய்வதை ஏழ்மையைப் போக்கச் செலவிட்டால் எழுபது பேர் இப்படிச் செத்திருக்கமுடியுமா? தங்கக்குடையில்லாததால் வெங்கடேசன், வெய்யிலிலே வாடியாபோனான்? தரித்திரம் நெருப்பைவிடக் கொடியதாயிற்றே, அதனின்றும் இந்த ஏழைகளைக் காப்பாற்ற, அந்தக் கொடையாளி முன் வந்திருக்கலாமே வெங்கடேஸ்வரர் இல்லாதிருந்தால்! மற்றச் சீமைகளிலே ஒரே தெய்வம். அதற்காகச் செலவும் மட்டு, இங்கோ நாங்கள் எவ்வளவு பேர், என்ற கணக்கு எங்களுக்கே தெரியாது. எங்களைத் திருப்திப்படுத்தி தயவுபெற, பணம் செலவிட்ட பிறகு சீமான்கள் அலுத்துப்போவதுகூடச் சகஜம். இந்தச் செலவு இல்லாவிட்டால். அவர்கள் பணத்தை, ஏழைகளுக்கு இதம்தேடச் செலவிடுவார்கள். என்னை அலங்கோலமாக்கியவன்மீது, நான் உன் பேச்சைக் கேட்டுக்கொண்டு, மானநஷ்ட வழக்கு தொடுத்தது தவறு. அவன் என்னை இது போன்ற அக்ரமங்கள் ஆகுமா? நீ இதற்கு உடைந்தையாய் இருக்கலாமா? என்று கேட்டான். நான் பதில் கூறமுடியாது, திகைத்தேன். உடனே அவன் என் சிலையை நொறுக்கினான். அவன் செய்தது தவறல்ல, அவன் என்னை என்னென்ன கேள்விகள் கேட்டான் என்பது உலகுக்குத்

தெரிந்துவிட்டால், ஊருருக்கும் அதே கேள்வி கேட்பார்கள். ஆகவே, வழக்கு வேண்டாம், நான் மறைகிறேன்.

[மாரி மறைந்துவிடவே, மன்னார் மருண்டு, கோர்ட்டுக்குப் போகிறார். அங்கு நீதிபதி பேசுகிறார்]

நீதி: மிஸ்டர், மன்னார்! குற்றவாளியைப் பைத்தியக்காரன் என்று டாக்டர் கூறிவிட்டார். எனக்கு முதலிலேயே சந்தேகந்தான். பைத்தியக்காரக் கேள்விகளைக் கேட்டான். பதிலில்லாமற் போகவே சிலையை உடைத்தான். நான் இது ஒரு சமயம், நாத்திகத்தின் விளைவோ என்று சந்தேகித்தேன். பிறகு விளங்கிவிட்டது. இந்த நிலைமையில், உமது கட்சிக்காரரிடம் சொல்லி வழக்கை வாபீஸ் வாங்கிக்கொண்டால் நல்லது.

மன்னார்: வழக்கை வாபீஸ் வாங்கிக் கொள்கிறேன். எனக்கும் உண்மை தெரிந்துவிட்டது.

நீதி: என்ன உண்மை?

மன்னார்: அவன் பித்தனல்ல, வழக்குதொடுத்த நான் ஓர் பித்தன் என்ற உண்மைதான்.

[மன்னார் விகடம் பேசுகிறார் என்று எண்ணிக்கொண்டு நீதிபதி சிரிக்கிறார்]

காட்சி 5

இடம்: பைத்தியக்கார ஆஸ்பத்திரி.

பாத்திரம்: சில்காட்டான்.

சில்காட்டான்: (தனிமையில்) பைத்தியக்காரர் விடுதியாம் இது! உலகம் என்ன, அது பைத்தியக்காரர்களின் பெரிய

விடுதி! தனியாக இதற்கொரு கட்டிடமாம், ஏன் இந்த ஏற்பாடு? இல்லாததை உண்டு என்றும், நடவாததை நடந்ததென்றும், கூறிக்கொண்டு கோடிக்கணக்கிலே, பித்தர்கள் வெளியே உலவுகிறார்கள். இங்கே சில நூறு பேரைப் பிடித்து, பைத்தியக்கார ஆஸ்பத்திரி என்று பெயர் கொடுத்திருக்கிறார்கள். அதிலும் பைத்தியம் எனக்குத் தெளிந்த பிறகு, இங்கே தள்ளினார்கள். பாடுபட்டால் பலனுண்டு அது கிடைக்காவிட்டால் யாரோ அதைத் தடுக்கிறார்கள் என்ற அறிவு தோன்றாமல் ஆயாசமடைந்தால் ஆகாயத்தைப் பார்ப்பதும், பசித்தால் பரமனை வேண்டுவதும், கஷ்டம் விளைந்தால் காளியைக் கும்பிடுவதுமாக இருந்த பைத்தியம்போய், மாரியாவது மண்ணாங்கட்டியாவது, எல்லாம் வெறும் மனப்பிராந்தி என்று தெளிவுபெற்று, உலகுக்கு அதை உணர்த்த, உக்கிரமாகாளியை உருக்குலைய வைத்தேன். இவர்கள், எனக்குப் பைத்தியம் என்று இங்கே தள்ளிவிட்டார்கள். அலங்கோலமான உருவங்கள். கோணங்கிச் சேட்டைகள், கோசமான சத்தங்கள் இங்கே காண்கிறேன். பித்தர் விடுதியின் அவலக்ஷணம் இதுவாம்! அங்கே வெளியே என்ன வாழுகிறது! ஏ, அப்பா, அங்கே சக்தியின்பேரால் பூமியிலே புரளுவோரும், வேல்குத்திக் கூவுவோரும், பட்டைப் பூச்சுப் போடுவோரும், கொட்டு முழக்குடன் கூத்தாடுவோரும் வாழுகிறார்கள்! அந்தப் பைத்தியக்காரச் செயலைப் பக்தி என்று கூறி மூடிவைக்கிறார்கள். அங்கு இருப்பதைவிட, இங்கு இருப்பதிலே, கஷ்டமோ, இழிவோ இருப்பதாக எனக்குத் தோன்றவில்லை. அங்கே பைத்தியக்காரச் செய்கைக்குப் பக்கபலம் இருக்கிறது. இங்கு அது அதிகரிக்காதபடி பாதுகாப்பு இருக்கிறது. அதைவிட, இதுமேல். வெளியே வேடதாரிகள் கூட்டத்திலே உலவுவதைவிட, இந்தப் பித்தர் விடுதியே மேல்! இங்கே பித்தம் தெளிய மருந்திருக்குது. அங்கே பித்தம் வளர மருள் இருக்குது. இதைவிட அது மோசம்.

[பித்தர் விடுதி வார்டன் வருகிறான்]

டே! மாரி பைத்தியம்! கூவாதே தூங்கு. மணி பனிரண்டாகுது தூங்கு.

சில்காட்டன்: அட பைத்யக்காரா! எனக்காடா பைத்யம்?

***

இந்த நாடகத்தைப் படித்தானதும் நான் வீரா, "விக்ரகத்தை உடைத்த பைத்தியக்காரன் விஷயமாக விசித்திரமான நாடகம் தீட்டினாயே," என்று சிரித்துக்கொண்டு கேட்டேன். "இதிலே விசித்தரம் இல்லையே, உண்மையிலேயே, மாரி இருப்பதானால் அவன் செய்த காரியத்துக்கு மான நஷ்ட வழக்காடத்தான் செய்வாள். கோர்ட்டுக் காட்சி நான் தீட்டியபடிதான் இருக்கும். இடையிலே தங்கக்குடை தர்மத்தைப்பற்றி மாரி கேள்விப்பட்டு, தரித்திரத்தால் செத்தவர்களையும் கண்டால், நான் நாடகத்திலே தீட்டியபடி, வழக்கை வாபீஸ் பெற்றாகவேண்டும், சிலையை உடைத்த சில்ஹாட் வாசியைப் பித்தர் விடுதியில் சேர்த்தால், அவன் இந்த உலகை பைத்தியக்காரச்சாலை என்றுதான் கூறுவான்!" என்று வீரன் விரிவுரை நிகழ்த்தலானான்.

"வேண்டாமப்பா, உன் பிரசங்கம், இதோ வாசகர்கள் உண்டு, நீ உண்டு, அவர்கள் கூறட்டும், உன் நாடகத்தைப் பற்றி!" என்று கூறிவிட்டு, இதனை உங்களிடம் அனுப்புகிறேன். தோழர்களே! உங்கள் கருத்து என்ன? அவன் பித்தனா!!

4. வெள்ளி ரதம்

கைலாயத்தில் ஓர் உரையாடல்

உமாதேவியார்: பிராணபதே! என்ன இது! வாட்டமுற்றவர்போலக் காணப்படுகிறீரே! மலர்ந்த முகத்துடன், பெருமிதத்துடன், வெற்றிக்களையுடன், காட்சி அளிக்க வேண்டிய சமயத்தில், சோகமுற்ற கோலம் கொள்வானேன்?

ஏகாம்பரேஸ்வரர்: பார்வதி! பேசாமல் போய்ப்படு. பிராணனை வாங்காதே. போதும் எனக்குள்ள வேதனை!

உமா: இதென்ன விந்தை! என்றையத் தினம் நாம் திருப்தியுடன், பூரிப்புடன், இருக்கவேண்டுமோ, அந்நாளாகப் பார்த்தா, இந்தக் கோபமும் சோகமும் கொள்வது? என் மனம் துள்ளி விளையாடுகிறது! பாமாலையின் விசேஷத்தைப் புகழ்வதா? பூமாலையின் மணத்தினைப் புகழ்வதா? பக்தகோடிகளின் தோத்திரத்தை எண்ணிப் புகழ்வதா? இரவைப் பகலாக்கும் விதமான அலங்கார விளக்கொளியின் விசேஷத்தைப் புகழ்வதா? எதை விடுவது, எதை மறக்க முடியும்! அவ்வளவு அபூர்வமான அகமகிழ்ச்சியைப் பெற்ற நாம், அருள் பொழியவேண்டியது முறையாயிருக்க, நீர், அழுதுவிடுவீர் போலிருக்கிறதே! காரணம் என்ன இந்தக் கலக்கத்துக்கு! ஒருவேளை, அலுப்போ, பிராணபதே!

ஏகாம்: என் கலக்கத்துக்குக் காரணம் தெரியாமல் திகைக்கிறாய், தேவி! நானோ, உன் மனம் என்னமோ, துள்ளி விளையாடுகிறது என்று கூறினாயே, அந்தக் களிப்புக்கு என்ன காரணம் என்று அறியாமல், திகைக்கிறேன். பேதைப் பெண்ணே! சிந்தித்தால் சித்தம் குழம்பும் சம்பவம் நடந்திருக்க, நீ, சிறுகுழந்தைபோல, ஆடிப்பாடி

அகமகிழ்கிறாய். வா வா, இமயவன் மகளே! நீ, சிந்தனைத் திறத்தையே இழந்துகொண்டு வருகிறாய். நாம், இழிவு செய்யப்படுகிறோம், கேலிக்கு ஆளாக்கப்படுகிறோம், வீணரின் விளையாட்டுக் கருவிகளாக்கப்பட்டிருக்கிறோம். இந்த விபரீதத்தைப் பற்றித் துளியாவது, எண்ணிப் பார்த்தால், விசாரத்தில் ஆழ்ந்து போவாய்.

உமா: நாதா! என்ன வார்த்தை பேசுகிறீர்கள். பொருள் விளங்கவில்லையே! பித்தா என்று பக்தர்கள் உம்மை அழைப்பது, நிந்தாஸ்துதி என்பீர்களே, அல்ல, அல்ல, நிஜமான வார்த்தையே அது. சித்தம் தடுமாறிப் பிதற்றுகிறீரே! நம்மையா, கேலி செய்தார்கள்! யார் அத்தகைய 'சண்டாளர்கள்?' நேற்று நமக்கு நடைபெற்ற ராஜோபசாரத்தைக் காணாத கயவர்களா அவர்கள்! இலட்சோப லட்சம் மக்கள் புடைசூழ, நவரத்னங்கள் விண்ணிலிருந்து பொழிவதுபோல, வாண வேடிக்கையும், நந்தியின் முகம் வெட்கத்தால் சிவந்துவிடச் செய்யும் அளவுக்கு, வெடி வேட்டும், உடனிருக்க, பக்தகோடிகள், வாழ்த்த, அழகிய, அலங்கார மிக்க, வெள்ளி ரதத்திலே, நாம் வீற்றிருந்து, வீதிவலம் வந்த காட்சி இன்னமும், அடியாரின் மனக் கண்ணில் தோன்றிய வண்ணம் இருக்கிறதே! முக்தி தரும் நகரேழில் முக்கியமாம் காஞ்சியம்பதியிலே, பல இலட்ச ரூபாய் செலவிலே, நமக்காக வெள்ளிரதம் செய்து, விழாக்கொண்டாடினரே, பக்தர்கள், இரவு பகலாகிவிட்டதே, ஊர் இந்திரலோகம்போலக் காட்சி கொண்டதே, எங்கும் எவரும், வெள்ளிரத உற்சவத்தின் விசேஷத்தைப் பற்றித்தானே வியந்து பேசினர்! அவ்விதம், நம்மைப் பக்தர்கள், பெருமைப்படுத்திக் கொண்டாடி, தோத்தரித்திருக்க, நீர், ஏன் விசாரப்படவேண்டும்? நாத்திகப் புயல் அடிக்கிறதோ என்று நாம் எண்ணிக்கொண்டிருந்தோம் ஏக்கத்துடன்! பூஜா உணர்ச்சி புகைந்து போய்விட்டதோ என்று சந்தேகப்பட்டோம். காஞ்சி க்ஷேத்ரவாசிகள் நமது சந்தேகத்தைப் போக்கி, அழகான வெள்ளிரதத்தைக் காணிக்கையாக்கினரே, நமக்கு...

ஏகா: பார்வதி! உன் பூரிப்புக்கு எது காரணமாக இருக்கிறதோ, அதுவே, என் விசாரத்துக்குக் காரணமாக இருக்கிறது. எந்த வெள்ளித் தேர் வைபவத்தைக் கண்டு உன் மனம் துள்ளி விளையாடுகிறதோ, அதே வைபவந்தான் எனக்கு வாட்டத்தைக் கொடுத்திருக்கிறது.

உமா: விளங்கவில்லையே, நாதா!

ஏகா: விளங்காது உனக்கு, நான் விளக்கினாலொழிய! பார்வதி! வெள்ளிரத உற்சவம் கொண்டாடினார்களே, அது நமக்குப் பெருமை என்றா எண்ணிக்கொண்டாய்?

உமா: இல்லையா, நாதா! அத்தனை இலட்சம் செலவு செய்தது, நம்மைப் பெருமைப்படுத்துவது என்றுதானே பொருள்!

ஏகா: இங்குதான், நான் சிந்திக்கிறேன்—சித்தம் சோர்கிறேன்—நீ சிந்திக்காமலிருக்கிறாய், ஆகவே மகிழ்ச்சி பெறுகிறாய்! சிந்தனை வேண்டும் சிவகாமி! நாமாவது சிந்திக்காவிட்டால், பிரபஞ்சம் என்ன கதியாவது! இலட்சத்துக்கு மேற்பட்ட மக்கள் வந்தார்களல்லவா...?

உமா: ஆமாம்—பல்வேறு ஊர்களிலிருந்து—மோட்டரிலும் ரயிலிலும்......

ஏகா: ஊரே திரண்டுவிட்டதல்லவா?

உமா: ஆமாம்—ஆடவரும் பெண்டிரும்—குழந்தைகளும் வயோதிகரும்—பாமரரும் படித்தவர்களும், பட்டிக்காடுகளும் பட்டணவாசிகளும், சகலரும் திரண்டு வந்தனர்......

ஏகா:—வந்தனால்லவா......!

உமா: வந்தனர்— வந்தனர்— பன்னிப் பன்னிக் கேட்கிறீரே இதனை......

ஏகா: காரணமின்றி அல்ல நான் கேட்பது. இலட்சத்துக்கு மேற்பட்ட மக்கள் வந்தனர்—எதற்கு...?

உமா: விளையாடுகிறீரா! எதற்கு! இது ஒரு கேள்வியா? எதற்கு வந்தனர் என்றால், வெள்ளித்தேர் பார்க்க!

ஏகா: இன்னொரு முறை கூறு! கோபியாமல் சொல், கோமளமே! எதற்கு வந்தனர் அவ்வளவு மக்களும்.........?

உமா: வெள்ளித்தேர் பார்க்க!

ஏகா: சரியாகச் சொன்னாய் பார்வதி! உண்மையை உரைத்தாய்! வெள்ளித்தேர் பார்க்க வந்தனர், லட்சக் கணக்கான மக்கள்— உன்னையும் என்னையும் பார்க்க அல்ல—நம்மைத் தரிசிக்க அல்ல—நமக்குப் பூஜை செய்ய வரவில்லை—வெள்ளித்தேர் பார்க்கவே வந்தனர்! பார்வதி! வெட்கமும் துக்கமுமின்றிக் கூறுகிறாயே, வெள்ளித்தேர் பார்க்க வந்தனர் என்று! நம்மைப் பார்க்க வரவில்லை!! இலட்சக் கணக்கான மக்களைப் பக்தகோடிகளை, நீ, விவரித்தபடி, பலரகமான மக்களை, திரட்டிக்கொண்டு வரும் மகிமை, சக்தி, நமக்கு இல்லை! கேவலம், வெள்ளித்தேர் கொண்டுவந்து சேர்த்தது இவ்வளவு பெருந்திரளான மக்களை! கைலைவாசி, திரிபுராந்தகன், கபாலி, பிறை சூடி, என்றெல்லாம் எனக்குச் சிறப்புப் பெயர்கள் பல உள! தோடுடைய செவியன்! தூவெண்மதிசூடி காடுடைய சுடலைப்பொடி பூசி! என்றெல்லாம் கவிதாவடிவிலே, பல பட்டங்கள் உள்ளன எனக்கு. உனக்கும், உயர்வளிக்கும் பட்டங்கள் பல! எனினும், பிராணநாயகி!

நமது பெருமை, மகிமை, போதுமானதாக இல்லை. அவ்வளவு பக்தகோடிகளைத் திரட்டிக் கொண்டுவா! நம்மைப் பற்றி, நால்வர் பாடியுள்ள பாசுரங்கள், புராணிகர்கள் இழைத்துள்ள கதைகள், போதுமானவைகளாக இல்லை, பக்தகோடிகளைக் கூட்டிவர! வெள்ளித்தேர், தேவைப்படுகிறது! வேதனையாக இல்லையா! வேலவன் தாயே! நீயே, கூறினாய், மக்கள் எதற்காகக் கூடினர், என்பதை! வெள்ளித்தேர் பார்க்க வந்தனர்—நம்மைத் தரிசிக்க அல்ல!

உமா: நாதா! எனக்கும் இப்போதுதான் ஓரளவுக்கு விளங்குகிறது.........

ஏகா: உமா! நீயும், அன்று மக்களைப்போலவே, பொழுது போக்கிவிட்டாய்—கொட்டு முழக்கு கேட்டு மெய் மறந்து போனாய்—வாண வேடிக்கையைக் கண்டு வாய் பிளந்து நின்றாய்—சிந்திக்கவில்லை—பக்த கோடிகள் பேசிக்கொண்டதையும், கேட்கவில்லை. கேட்டிருந்தால், நான் அடக்கிக்கொண்டதைப்போல, உன்னால் ஆத்திரத்தையும் அழுகையையும் அடக்கிக்கொண்டிருந்திருக்க முடியாது.

உமா: என்ன பேசினார்கள் பிராணபதே!

ஏகா: என்ன பேசினார்களா! எல்லாம் பேசினார்கள்— நம்மைப்பற்றி மட்டுந்தான், ஒரு வார்த்தைகூடப் பேசவில்லை. ஒருவரை ஒருவர் பார்த்தபோதெல்லாம், அந்த ஜனங்கள், வெள்ளித்தேர் எந்தத் தெருவில் இருக்கிறது—இந்த வீதிக்கு வெள்ளித்தேர் வர, எவ்வளவு நேரம் பிடிக்கும்— வெள்ளித்தேர், எத்தனை மணிக்குக் கிளம்பிற்று—எத்தனை மணிக்குக் கோயில் போய்ச் சேரும்—என்று, வெள்ளித்தேர், வெள்ளித்தேர் என்று ஓயாமல் பேசினரேயொழிய, நம்மைப்பற்றிச் சிந்திக்கவே இல்லை. வெள்ளித்

தேருக்குத்தான், சகல மரியாதையும், வெள்ளித்தேரின் மீதுதான்—இறைவன் வீற்றிருக்கிறானே தேவியுடன் என்று எண்ணினரோ? இல்லை! இறைவனைப்பற்றி அறவே மறந்தனர். வெள்ளித்தேர், எவ்வளவு செலவுசெய்து கட்டினார்கள்? எவ்வளவு வசூலாயிற்று! யார் வசூலித்தார்கள்? எங்கெங்கு சென்று வசூலித்தனர்? என்று கேள்விச் சரங்கள் பூட்டுவோரும், "சொல்லுகிறார்கள் நாலு இலட்சம் என்று யார் கண்டார்கள்—" என்று ஒரு சந்தேகப் பேர்வழி கூற, சளைக்காத சைவ மெய்யன்பர், சரியான கணக்கு—சத்யமான கணக்கு என்று வாதாட, சமரசப் பிரியர், செலவு கிடக்கட்டும், கணக்குச் சரியா தவறா என்பதுகூடக் கிடக்கட்டும். வேலைப்பாடு நேர்த்தியாக இருக்கிறது என்று பேச—இப்படி, பேச்செல்லாம் வெள்ளித்தேர் பற்றியதாக இருந்ததேயொழிய, நமது மகிமையைப்பற்றி ஏதும் பேசவே இல்லை. உமா! வெள்ளித்தேர், நம்மை மறைத்தேவிட்டது! வெள்ளித்தேர் உற்சவ வைபவத்தில், மக்கள் இலயித்துப்போய், நம்மைத் தொழவும் மறந்து போயினர். ஆஹா! தேரின் அழகைப் பார், பளபளப்பைப் பார், அலங்காரத்தைப் பார், என்று இப்படித், தேரைப் புகழ்ந்து பேசிக்கொண்டிருந்தனரேயன்றி, உன் அருளொழுகும் கண்களைப்பற்றியோ, என் ஜடாமுடிபற்றியோ, கையிலுள்ள மழு, சிரத்திலுள்ள கங்கா, மார்பில் புரளும், நாகமாலை, எனும் இவை பற்றிப் பேசுவாரே காணோம்! வேதனை பிறவாமல் இருக்குமா!

உமா: உண்மைதான், நாதா! தாங்கள் கூறியது கேட்டு, நானும் உள்ளம் வாடுகிறேன்.

ஏகா: தேடித் தேடிப் பார்த்தேன், நம்மை நாடி வந்தவர் ஒரு பத்துப் பேராவது கிடைக்கமாட்டார்களா, என்று, நீறு பூசிகள்கூட, வேறு சிந்தனையிலீடுபட்டு, என்னை மறந்து போயினர்.

உமா: மன்னிக்க வேண்டும், நான், இவ்வளவு ஆழ்ந்த சிந்தனையைச் செலுத்தவில்லை.

ஏகா: பார், பார்வதி! ஒரு வேடிக்கையை. பக்த கோடிகள், நம்மைப் பற்றிப் பேச மறந்து, அந்தத் தேரைப் பற்றிப் பெருமை பல பேசியதுடன், அதை முன்னின்று அமைத்தவரின் குணம், பணம், ஆகியவை பற்றியும் பேசினர்! பக்தி என்ற பதத்துக்குரிய இலட்சணத்தைத் துளியும் அன்று நான் காணவில்லை.

உமா: இருந்தாலும், இறைவன் பொருட்டு இவ்வளவு சிரத்தை காட்டினார்களே, என்பதை எண்ணும்போது, மகிழ்ச்சி பிறக்கவில்லையா?

ஏகா: இதென்ன கேள்வி பார்வதி! நம்மைத் தரிசித்து அருள் பெற, தோத்தரித்து முக்தி கோர, மிக மிகச் சிறு கூட்டமே வரக் காண்கிறோம் வழக்கமாக! ஒவ்வொரு நாளும் ஆலயம் வருகிறவர்களின் தொகையை நீ அறியாயா? அவ்வளவு பேரும், தூய்மையான நோக்கத்துடனே வருபவர்கள் அல்ல! அதுவும் உனக்குத் தெரியும். நமது தரிசனத்துக்கு மிகச் சிறு கூட்டம்—ஆனால் வெள்ளித்தேர்—தங்க ரிஷபம் பொன் பல்லக்கு—என்று இப்படி ஏதாவது காட்சி காட்டினால், ஊர் திரண்டு விடுகிறது. இதன் பொருள் என்ன? உண்மையாகக் கூறுகிறேன் உமா! அன்று அவ்வளவு பெருங் கூட்டத்தைப் பார்க்கும்போது, எனக்குக் கோபந்தான்! இறைவனின் பெருமையை உணராத மக்களே! நித்தமும் தான் வீற்றிருக்கும் கோயிலுக்கு, இவ்வளவு ‘அக்கரையுடன்’ நீங்கள் வருவதில்லையே! இன்று மட்டும் குவிந்துவிட்டீர்களே! என்னைவிட, உங்களுக்கு, வெள்ளித்தேர் மீது அமோகமான ஆசை என்று தெரிகிறதே! என்னிடம் உள்ளன்பு இருக்குமானால், உண்மையான பக்திமான்களாக நீங்கள் இருந்தால், இன்று வருவது போலத்தானே, ஒவ்வோர் நாளும் —உள்ளூர்க்காரரர் வரையிலாவது—பெருவாரியாக வரவேண்டும்? வருவது கிடையாதே! இன்று

வந்துவிட்டீர்களே!!—என்று அந்த மக்களைப் பார்த்துக் கேட்கலாமா என்றுகூட எண்ணம் பிறந்தது.

உமா: கேட்டிருக்கலாம்..............

ஏகா: கேட்டிருந்தால்கூட அந்த ஜனங்களின் செவியில் விழுந்திருக்காது. அவர்கள்தான், அவ்வளவு, ஆனந்த அமளியில் ஈடுபட்டுக் கிடந்தனரே! ஆறுமுகத்தைப் பார், அருணாசலத்தைக் கூப்பிடு, புவனா மாதிரி இருக்கிறது, பொன்னியின் தங்கை போகிறாள்—பாண்டியாக் மோட்டார், பர்மாஷெல் கம்பெனி, சரிகை கலந்த வெண்பட்டு, சர். தேசிகாச்சாரி வீட்டு மனஷாள், S.O.C. கம்பெனி, இன்கம்டாக்ஸ் ஆபீசர், என்று இப்படித்தான், பல விஷயங்களைப் பற்றி இரைச்சலிட்டுக் கொண்டிருந்தார்களே தவிர, என்னைப் பற்றியோ, உன்னைப்பற்றியோ ஒரு சொல்லும் சொல்லக் காணோமே! வெள்ளித்தேராம், வெள்ளித்தேர்! வேதனையைத் தந்தது! நமது பெருமையையே குறைத்துவிட்டது. உண்மையாகச் சொல்கிறேன் உமா! இதே வெள்ளித்தேரில் வினாயகரோ, விஷ்ணுவோ, நாரதரோ, நந்தியோ, பூதகணமோ, சித்ராபுத்ரனோ, ஊர்வசியோ, எவனாவது தவசியோ, ஏசுவோ புத்தரோ, எந்த மூர்த்தியை அமர்த்தியிருந்தாலும், இதே கூட்டம் கூடிவிட்டிருக்கும்! கூட்டம், தேருக்கு—தேவனுக்கு அல்ல! இதை அறிந்தபோதுதான் நான் ஆத்திரமடைந்தேன். மேலும், உமா! நீயே சொல்லு, நமது பெருமையும் மகிமையும் என்ன காரணத்தினாலோ, ஜனங்களை வசீகரிக்கவில்லை என்பதற்காகத்தானே, இப்படி வெள்ளித்தேர் போன்ற வைபவங்களை ஏற்பாடு செய்கிறார்கள்! இது நமக்குப் பெருமை தருவதா! நம்மைக் கேலி செய்வதல்லவா இது? பார்த்தாயா பரமனே! பக்தர்கள், அத்தி பூத்தது போலாகிவிட்டனரே, ஆலயம் வருவோரின் தொகையே குறைந்துவிட்டதே என்று கூறினீரே, இதோ பாரும் கும்பல் சேர்க்கும் வித்தையை, ஒரு தேர் செய்தோம் வெள்ளியில்,

இலட்சம் மக்களைக் கொண்டுவந்தோம் உம் எதிரில்! எப்படி எங்கள் சமர்த்து!—என்று நம்மிடம் கூறி, முன்வரிசைக்காரர்கள் நம்மைக் கேலி செய்வதுபோலவே தோன்றிற்று. பத்தே பத்துபேர் வந்தாலும் போதும் பக்தியுடன் நம்மைத் தரிசிக்க! அதுதான் நமக்குப் பெருமை—பூரிப்பு! இப்படி ஊரே திரண்டுவந்து என்ன பயன்? வெள்ளித் தேருக்குத்தானே, பெருமை! நமக்கா? தேராகச் செய்த அவ்வளவு வெள்ளியையும், தேள் உருச்செய்து தெருவில் கொண்டுவத்தால்கூடத்தான் பெருங்கூட்டம் கூடிவிடும். நமக்குப்பதில், வேறு தேவன் இருந்தாலும், மக்கள், வித்தியாசம் பாராட்டப்போவதில்லை. ஆகவேதான் எனக்கு ஆத்திரமாகிவிட்டது.

உமா: இவ்வளவு விளக்கமாகச் சொன்ன பிறகுதான், எனக்கும் வெட்கமும் துக்கமும் பிறக்கிறது, நம்மைப் பெருமைப்படுத்தவே இல்லை அந்த நடிப்புப் பக்தர்கள்.

ஏகா: விழா நடத்தியவர்கள், நம்மை, எவ்வளவு கேலிக்குரிய நிலையில் கொண்டுவந்து வைத்தனர் தெரியுமோ? ஊரூருக்கும், விளம்பரத்தாள் அனுப்பி வைத்தனர், விசேஷத்தைத் தெரிவிக்க— கூட்டம் சேர்க்க! அதிலே, பூசணைக்காய் அளவிலே, வெள்ளிரத உற்சவம் என்ற வாசகம் —உருத்திராட்ச அளவுகூட இராது, நமது பெயர்! என்ன பொருள் இதற்கு? ஏகாம்பரேஸ்வரரைக் காண வாருங்கள்! ஈசனின் அருளை நாடுங்கள்! பக்தி செலுத்துங்கள்!—என்று கூறினால் கூட்டம் வராது, வெள்ளி ரதம் பார்க்க வாருங்கள் என்று கூப்பிட்டால்தான், கும்பல் சேரும் என்று தீர்மானித்துவிட்டனர். நம்மைப் பெருமைப்படுத்துவதா, அந்தத்திருக்கூட்டத்தின் நோக்கம்?

உமா: நிச்சயமாக இல்லை—நம்மை நையாண்டியே செய்தனர் நாதா!

ஏகா: யார் கேட்டார்கள் இவர்களை வெள்ளித்தேர் வேண்டுமென்று!

உமா: மிதமிஞ்சிய பணம்!

ஏகா: அதுவும் இல்லையே! அதே ஊரில், மூன்று ஆண்டுகளாக, ஒரு "காலேஜ்" கட்டுவதற்கு, இந்தக் கனதனவான்களால் முடியவில்லை—முகாரி பாடினார்கள்—கூடிக் கூடிப் பேசினார்கள், பெட்டியைத் திறக்கவே இல்லை—இதற்கு மட்டும் கொட்டிக் கொடுத்தனர். ஒரு வாசகசாலை உண்டா அந்த ஊரில்! ஒரு விளையாட்டு மைதானம் உண்டா! ஏழைக் குழந்தைகளுக்கு ஒரு பராமரிப்புச்சாலை உண்டா! ஒரு நகரப் பொது மண்டபம் உண்டா? நல்ல ரோடு உண்டா? சாக்கடை நாற்றம் போனதுண்டா! எதுவும் இல்லை! எதைச் செய்யவும் பணம் கிடைப்பதில்லை. இதற்குமட்டும் கிடைத்தது இலட்சக்கணக்கில். இந்தத் தேர், நம்மை மறைத்து நமது மகிமையைக் குறைத்து உண்மைப் பக்தியைச் சிதைத்தது. வெறும் பொழுது போக்குக்கு, வீண் களியாட்டத்துக்கு, பலவகையான நடமாட்டத்துக்கு, வம்பளப்புக்குப் பயன்பட்ட இந்தத்தேர், பல இலட்ச ரூபாய்களை விழுங்கிவிட்டு, பயன் என்ன தருகிறது! வருஷத்தில் ஒருநாள்! இதற்கு இவ்வளவு பணம் விரயமாவதா? இந்தத் தொகையைக்கொண்டு, உமா நெசவுத்தொழிற்சாலையோ, சிவா சாயத்தொழிற்சாலையோ, ஏகாம்பரா காலேஜோ, அமைத்திருந்தால், ஒவ்வொரு நாளும் பயன்தருமே—ஏழை எளியவர் பிழைப்பரே, அறிவுக்கதிர் பரவுமே—செய்தனரா?

உமா: செய்யவில்லையே!

ஏகா: வேலையில்லாமல் வேதனைப்படுபவர்கள், படிக்க வழியின்றி வாட்டமடைகிறவர்கள், தங்க இடமின்றி

திண்டாடுகிறவர்கள், அதே ஊரில், வருஷத்திற்கு ஒருதினம் நாம் சவாரி செய்வதற்காக, இவ்வளவு பெருஞ் செலவில் வெள்ளித் தேர் அமைத்திருப்பதை எண்ணிடும்போது, உமா! அவர்கள் மனம் என்ன பாடுபடும்! என்னென்ன பேசுவர்! இவ்வளவுக்கும் இடம் வைத்து, நம்மை இடர்ப்படச் செய்கிறார்கள், பக்தி என்ற தத்துவத்தையே புரிந்து கொள்ளும் பண்பும் அற்ற, பணந்தேடிகள்!!

உமா: விசித்திர சித்தர்களாக உள்ளனரே நாதா! இவர்கள். ஒரு இலட்சரூபாய் திரட்டி, காலேஜ் அமைக்க முன்வராத, முன்வரிசைச் சீமான்கள், பல இலட்சத்தை வெள்ளித்தேர் ஆக்க மட்டும், என் சம்மதித்தார்கள்.........

ஏகா: ஏனா! என்னை ஏய்க்கலாம் என்ற எண்ணம். கல்லூரி அமைத்தால், பலர் படித்துவிடுவார்களே! படித்தால், அவர்கள் நிலை உயருமே! அதை எப்படிக் கண்டு சகிக்க முடியும் அவர்களால்! வெடியாகவும் ரதமாகவும் பணம் பாழானால், பரவாயில்லை, என்று எண்ணுகிறார்கள். பிறரை வாழவைக்கவோ, நிலையை உயர்த்தவோ, அறிவைப் பரப்பவோ முன்வரமாட்டார்கள்—அச்சம்—அசூயை—அவநம்பிக்கை—மக்களின் வறுமைப்பிணி குறைந்துவிட்டால், அறியாமை நீங்கிவிட்டால் பிறகு, தங்களுடன் சமமாகிவிடுவரே என்ற சந்தேகம், சஞ்சலம்.

உமா: மக்களிடம் அன்பு இல்லை அவர்களுக்கு?

ஏகா: இருந்தால், மக்களுக்கு இதம் தரும் காரியத்துக்குப் பணம் இல்லை என்று கூறிவிட்டுத், தேருக்குத் தருவார்களா, தேவி!

உமா: நாதா! என்னால் வேதனையைத் தாங்க முடியவில்லையே......

ஏகா: தேவி! நமது மனோ வேதனையும், நாட்டு ஏழை மக்களின் மனோ வேதனையும் வீண் போகாது.

உமா: நான் இப்போதே, இந்த வீண் காரியத்தை முன் நின்று நடத்தியவர் சொப்பனத்தில் தோன்றி புத்தி புகட்டப் போகிறேன்.

ஏகா: வீண்வேலை, பார்வதி! வீண்வேலை! அந்த ஆசாமி ஏற்கனவே சொப்பனம் கண்டபடிதான் இருக்கிறார்! அவருடைய சொப்பனத்திலே, புண்யம் குவிவதும், பவுன்களாக மாறுவதும், புதுப் புது 'வியாபாரம் கிடைப்பதும்' புண்யமூர்த்தி என்று தந்திரக்காரர் புகழ்வதுமான, பல காட்சிகள் தோன்றியபடி இருக்கின்றன!

உமா: புண்யம் வேண்டுமாம், புண்யம்! சொப்பனம் தான் காணவேண்டும்! யார், ஏழையின் துயரைத் தீர்க்க முன்வராமல், நடமாடும் தெய்வத்தை வழிபடாமல், இருக்கின்றனரோ, அவர்களை, நாம் நமது அருளைப் பெரும் அருகதையற்றவர் என்று ஒதுக்கித் தள்ளிவிடுவோம், என்பதை அவர்கள் அறியாரோ!

ஏகா: அறிவர் சிற்சில சமயங்களில் மட்டும்—உமா! நாம் கேட்டால் போதாது, மக்கள் கேட்கவேண்டும்! வேதனையுள்ள நிலையில் நாங்களிருக்க, வெள்ளித் தேர் உற்சவமா, அடுக்குமா, நியாயமா, ஆண்டவன் இதை ஏற்றுக் கொள்கிறாரா, என்று கேட்கவேண்டும், ஏழைகள்......

உமா: கேட்பார்களா, நாதா!

ஏகா: நிச்சயமாகக் கேட்கப் போகிறார்கள். மக்களுக்கு அதற்குத் தேவையான நெஞ்சு உரம் அளிப்பதற்காகவே. நாம், நமது திருக்கூட்டத்தை அனுப்பிவைத்திருக்கிறோம்.

உமா: நமது திருக்கூட்டமா? யார்?

ஏகா: நீறு பூசாதவர்கள்; ஆனால் நேர்மையாளர்கள், உருத்திராட்சம் அணியார்; ஆனால் உள்ளம் தூய்மையானது, பாசுரம் பாடார்; ஆனால் பாசாங்குக்காரரல்ல......

உமா: யார் நாதா அவர்கள்?

ஏகா: அறிவு பரப்பும் திருக்கூட்டம்....

உமா: அதற்கெனப் பெயர் உண்டோ, இல்லையோ?

ஏகா: உண்டு, உமா! உண்டு; அந்தத் திருக்கூட்டத்தாரின் பெயர்தான் தன்மான இயக்கத்தினர், என்பது.

5. கனவில் கீரதர்

ஆனந்தத் தாண்டவமாடிக்கொண்டிருந்த, பரமசிவனாரின், செவியில், நாரதரின் தம்பூரும் நந்தியின் மிருதங்கமும் ஒலித்த சப்தமும், பக்த கோடிகள், அரகரா—அற்புதம்—என்று பஜிக்கும் சப்தமும், "ஆனந்த நடமாடினார்"-என்று பாடும் தேவமாதரின், கானமும் கேட்டுக்கொண்டிருந்த நிலையில் யாரோ விம்மி அழும் சப்தமும் கேட்டது-ஐயன், ஆனந்தத் தாண்டவத்தை நிறுத்திவிட்டார்-யார் அழுகிறார்கள்-ஏன் இந்த விம்மும் குசல்?-என்று ஆச்சரியமடைந்தார்.

மானாட மழுவாட மங்கை சிவகாமி ஆட, ஆடிக்கொண்டிருந்த மகாதேவன், திடீரெனத் தமது தாண்டவத்தை நிறுத்திவிடக் கண்ட தேவர்களும் பூதகணங்களும், நந்தியும் நாரதரும், பயந்தனர்-ஏன் என்று கேட்கவும் அஞ்சியவர்களாய், கைலையை விட்டு நழுவினர்.

கைலைநாதன், மீண்டும் விம்மும் சத்தம் தமது செவியில் வீழ்கிறதா, என்று உற்றுக் கேட்டார்-ஆம்-விம்மும் குரல் கேட்கிறது-பெண்குரல்! பெம்மான், திடுக்கிட்டுப் போனார்-குரல், தமக்குப் பழக்கமானதாகத் தெரியவே! சுற்றும் முற்றும் பார்த்தார்-மேலும் கீழும் பார்த்தார், ஒரு உருவமும் தென்படவில்லை-ஆனால் அழுகுரல் மட்டும் கேட்டது.

இதென்ன ஆச்சரியம் என்று கூறியவண்ணம், உட்கார்ந்தார், புலித்தோல் ஆசனத்தின் மீது-சோகம் கொண்டு, கரத்தைச் சிரத்தருகே கொண்டு சென்றார்.-"போதும், உபசாரம்!" என்று கூறியபடி, கங்காதேவி, அவர் கரத்தைத் தள்ளிவிடவே, ஐயன், "ஓஹோ! மாதரசி! மறந்தே போனேன்! கங்கா தேவி! கதறியது நீயா? காரணம் என்ன? எந்தக் கயவனால், என்ன கேடு நேரிட்டது, கூறு? மனக்கஷ்டமடைய உனக்கு என்ன காரணம் கிடைத்தது! உமையவள், என் உடலிற் பாதி மட்டுமே பெற

முடிந்தது-நீயோ, என் உச்சியிலே உறைவிடம் பெற்றாய்! உன் நிலை இவ்வளவு உன்னதமாக இருக்கும்போது, நீ உள்ளம் நொந்து கிடக்கக் காரணம் என்ன? உலகோர், உன் மகிமையைப் போற்றிப் புகழக் கேட்டுப் புளகாங்கிதமடைவது முறையாயிருக்க, புனிதவதி! நீ புலம்பக் காரணம் என்ன?'' என்று பரமசிவனார் பரிவுடன் கேட்கலானார்.

கங்கா தேவியார், கைலைவாசனின் ஜடாபரத்தை விட்டுக் கீழே இறங்கிவந்து, ஐயனின் அருகே அமர்ந்து கொண்டு, கண்களைத் துடைத்தபடியே பேசலானார் - கோபமும் சோகமும் கலந்த குரலில்.

''என்னை இந்தக்கதிக்கு ஆளாக விட்டுவிட்டு நீர் ஆனந்தத் தாண்டவமாடுகிறீரோ?ஆண்களின் சுபாவமே இப்படித்தானே? அழுத கண்களுடன் ஆரணங்குகள் இருந்தபோதிலும் ஆடல் பாடலில், விருந்து வைபவத்தில் காலங்கழித்து வரும் கல்மனம் படைத்தவர்கள் தானே ஆண்கள்''

''கங்கா தேவி! மற்ற ஆடவர்களைப் போலவே என்னையும் எண்ணிக்கொண்டாயா? பெண் குலத்தைப் பழிக்கும் பேயன் அல்லவே நான். பெண்பாவாய்! ஏன் வீணாக மனதைக் குழப்பிக் கொள்கிறாய்? உன் மனக் கஷ்டத்திற்கு என்னதான் காரணம்? எந்தத் தீயவன் என்ன தீங்கிழைத்தான்? தேவி! தெரிவி இப்பொழுது! திரிபுரம் எரித்த எனக்கு அத்தீயவன் எம்மாத்திரம்.''

''போதும் போதும் உங்கள் வீரப் பிரதாபம். யார் என்னை என்ன நிந்தித்தாலும் உமக்கென்ன? இவளுக்காகப் பரிந்து பேச யார் இருக்கிறார்கள் என்ற தைரியத்தில் யாராரோ

என்னை இழித்தும் பழித்தும் பேசுகிறார்கள், என் கதி இப்படி இருக்கிறது, நீங்களோ ஆனந்தத் தாண்டவமாடுகிறீர்."

"ஆஹா, உன்னையா இழித்தும் பழித்தும் பேசினார்கள்? எங்கே இருக்கிறது அந்த நாஸ்திகக் கும்பல்? கூப்பிடு ரிஷபத்தை! கொண்டுவா சூலாயுதத்தை! ஒரு நொடியில் துவம்சம் செய்துவிட்டு வருகிறேன்."

"நாஸ்திகக் கும்பல் என்னைப்பற்றி இழித்துப் பேசினால், நானே அவர்களைச் சம்ஹரித்து விட்டிருக்கமாட்டேனா!"

"அங்ஙனமாயின், ஆஸ்திகச் சிகாமணிகளா, உன்னை இழிவாகப் பேசினர்?"

"ஆமாம் - அதுதான், என் மனதைக் குழப்புகிறது."

"மாதர் திலகமே!! என்ன கூறினர் - ஆஸ்திகராயிருந்தால் என்ன - நாஸ்திகராயின் என்ன - உன்னை நிந்தித்தவர், எவராயினும் என் விரோதிகளே ஆகின்றனர். யார் அவர்கள், கூறு?"

"தங்கள் ஜடா முடியிலே தங்கும் தவப்பயன் பெற்ற, எனக்குள்ள மகிமை, இந்த ஈரேழு பதினாலு லோகத்திலும், போற்றப்பட்டு வருவதாகத்தானே, தாங்கள் கூறுகிறீர்கள் - தேவரும் கூறுகின்றனர்..."

"அதிலென்ன சந்தேகம்! மாந்தரும், ஒப்புக்கொண்ட உண்மையல்லவா அது. உன் பெருமையை அறியாதார் யார் உளர்? உன் புனிதத் தன்மையைப் புகழாதார் யார்? பாசுரங்கள் பல உள்ளன, உன் பெருமையைப் பாராட்ட."

“பழங்கதைகள் கூடத்தான் உள்ளன - பகீரதன் என்னைக் கொண்டுவரச் செய்த முயற்சி, என்னால் ஏற்பட்ட அற்புதம் ஆகியவைகளைப் பற்றி......”

“ஆமாம் - சகல பாபங்களையும் போக்கிக்கொள்ள, கங்கையில் ஒரு முறை தலை முழுகினால் போதும். பாபம் கரைந்து போகும் - புண்யம் வந்து சேரும் — சர்வரோகமும் தீர்ந்து போகும் — சௌபாக்யம் வந்து சேரும், என்று உன் பெருமையைப் பாரோர் புகழத்தானே செய்கிறார்கள். பரத கண்டத்து மக்கள், எந்தக் கோடியில் உள்ளவர்களாயினும், உன்னைத் தரிசிக்க வருகிறார்களே! கங்கா தீர்த்தம், மகா மகத்துவம் வாய்ந்தது என்று கூறுவார்களே! இதிலே, என்ன சந்தேகம்?”

“இவ்வளவு மகிமையும், பொய்—கங்கா தீர்த்தம், புனிதமானதல்ல, கங்கையிலே தலை மூழ்கினால், பாபம் ஒழிந்துபோகும், என்று கூறுவது தவறு, என்று கூறுகிறார்கள். என் மகிமையைப்பற்றி எவ்வளவோ சுவடிகள் இருந்து என்ன பயன்? கங்கா தீர்த்தத்துக்கு “சகல ரோகங்களையும்” தீர்த்துவிடும் சக்திகூட இல்லை, என்று கூறிவிட்டார்கள்.”

“ஆஹா! இவ்வளவு துணிவுடன் பேசினரா......”

“ஏசினர், என்றுதானே பொருள்!”

“ஆமாம் - உன் மகிமையை மறுப்பவர், மாபாவிகளே! என்ன கூறினர்?”

“அவர்கள், ஆராய்ச்சி செய்து பார்த்தார்களாம் - பாமரர் நம்புவதுபோல, கங்கா தீர்த்தத்திலே, ஒருவிதமான மகிமையும் கிடையாதாம். கங்கையிலே நீராடினால், நோய்கள் தீர்ந்துபோகும், ஆரோக்கியம் வரும், என்று

கூறுவதுகூட, ஆராய்ச்சி செய்து பார்த்ததில், உண்மை அல்ல என்று தெரிந்துவிட்டதாம்"

"உன் மகிமையை, புனிதத் தன்மையை மறுப்பது மட்டுமல்ல, மாபாவிகள்! நீ, உற்பத்தியாகும் இடம், உன்னதமான இமயம், என்பதையும் மறந்து, கேவலம், நோய்களைத் தீர்க்கும் அளவுக்குக்கூட உனக்கு வல்லமை இல்லை என்று கூறிவிட்டார்களா?"

"ஆமாம் - அது கேட்டது முதல் அடியாளுக்குத் துக்கம் தாங்க முடியவில்லை. பலபேர் முன்னிலையில் பச்சையாக இதுபோல் பேசினர் - எவ்வளவுபேர் பரிகசித்தனரோ, தெரியவில்லை; எவ்வளவோ, யுகயுகமாக இருந்து வந்த பெருமையை ஒரு நொடியிலே, அழித்துவிட்டனர்."

"காலக்கோளாறு, இது, கங்கா! கங்கை என் ஜடா முடியில் இருப்பவள் என்ற உண்மையைப் 'புராணம்' என்று, தள்ளிவிட்டாலும்கூட, கங்காதீர்த்தம், விசேஷமானது, மலையிலிருந்து கிளம்பி, மூலிகைகளின் சத்துக்கள் நிரம்பி, உடலுக்கு வலிவூட்டும் தன்மையைப் பெற்றிருக்கிறது, என்ற, முறையிலேயாவது, உன்னைப் பாராட்டக் கூடாதா? என்ன துணிவு! அந்த மகிமையும் கிடையாது என்றா கூறிவிட்டனர்"

"ஆமாம்! இதோ பாருங்கள்!!"

***

இவ்விதம் உரையாடல், பரமசிவனாருக்கும் கங்கா தேவியாருக்கும் நடைபெற்றது. கங்கா தேவியார், [1950, மார்ச் 17ந் தேதிய 'இந்து' இதழிலே இருந்து ஒரு செய்தியைப் படித்துக் காட்டினார்].

"கங்கைத் தீர்த்தத்துக்கு, சகலரோகங்களையும் குணமாக்கும் சக்தி இருப்பதாகப் பாமரர் நம்புவதை, விஞ்ஞானம் ஏற்றுக்கொள்ளவில்லை. அந்த ஆற்றின் தண்ணீரை, விஞ்ஞான முறைப்படி, பரீட்சித்துப் பார்க்கப்பட்டது — 1917 — 1923-ம் ஆண்டுகளில். பீகார் மாகாண சுகாதார இலாக்கா இந்த ஆராய்ச்சியை நடத்திற்று. அந்த ஆராய்ச்சிக்குப் பிறகு, கங்காநதித் தண்ணீர் நோய்களைத் தீர்க்கும் சக்தி பெற்றது அல்ல என்ற உண்மை விளங்கிற்று, என்று இன்று டில்லி பார்லிமெண்டில், சுகாதார மந்திரி, ராஜகுமாரி அம்ருத்கௌரி கூறினார்கள்."

இதனைக் கேட்ட கைலைநாதன், கோபமடைந்தார் — பிறகு, ஓரளவு சாந்தி அடைந்து, சமர்த்தாகப் பேசக்கருதி, *"கங்கா! ராஜகுமாரி சொன்னது கேட்டு, நாம் வீணாக வருத்தப்படக்கூடாது. அவர் சொன்னது, நோய் தீர்க்கும் சக்தி உனக்கு இல்லை என்றுதானே தவிர, பாபத்தைப் போக்கும் சக்தி கிடையாது என்று கூறவில்லையே — ஏன் அழ வேண்டும், நீ!"* என்றார்.

கங்காதேவி, முன்னிலும் அதிகமான கோபம்கொண்டு, *"பேஷ்! அழுகிற குழந்தைக்கு வாழைப்பழம் தருகிற முறையிலே பேசுகிறீர் போலும்! கேவலம், நோய்களைத் தீர்க்கவே, எனக்குச் சக்தி கிடையாது என்று கூறிவிட்ட பிறகு, பாபத்தைப் போக்கும் மகிமை எனக்கு இருப்பதாக, யார், இனி நம்புவார்கள்? பாமார்கள், பலகாலமாக நம்பி வந்ததை, பாழாய்ப்போன விஞ்ஞானம், அழித்துக் கொண்டு வருகிறது. நோய் போக்கும் நீரல்ல - பாபம் போக்கும் தீர்த்தமல்ல என்று, கூறத் துணிவு கொண்டுவிட்டனர்– பாராள வந்தவர்கள். ஆஸ்திகர்கள் என்றே கூறிக்கொள்கின்றனர்."*

"ஆமாம்-அரோரம்! ஜேசங்கர்!-என்றெல்லாம், பஜிக்கிறார்கள்..."

“பஜிக்கிறார்கள் — அதேபோது, என் மகிமை ஒரு கட்டுக்கதை, பாமரனின் மனமயக்கம், விஞ்ஞானத்தின் முன்பு நிலைக்க முடியாது, என்று நிந்திக்கிறார்கள்”

“ஆமாம்-சிக்கலாகத்தான் இருக்கிறது”

“அதுவும், டில்லி பார்லிமெண்டில், ஒரு மாது கூறுவதா, இப்படி!.........”

“பாரேன் அக்ரமத்தை! ஒரு ஆரணங்கு கூறுவதா?”

“மூதாட்டி - சீமாட்டியுங்கூட...”

“இப்படிப்பட்டவர்கள், மந்திரிகளாக உள்ளனர்.”

“மந்திரிகள் இவ்விதம் பேசினால், மக்கள் எவ்விதம் பேசுவர்!”

“கேவலமாகத்தான் பேசுவர்! உன் கங்கா தீர்த்தத்தின் யோக்யதை தெரியுமா! அதைப் பரிசுத்தமானது என்று பெருமையாகப் பேசிக்கொண்டாயே, மந்திரிவேலை பார்க்கும் அம்மையே கூறிவிட்டார்கள். அப்படி ஒரு யோக்யதையும் கங்கா தீர்த்தத்துக்குக் கிடையாது என்று. இந்த உண்மை தெரியாமல், கங்கா ஜலம், கங்கா ஜலம், என்று நாம் இதுவரை காக்காய்க் கூச்சல் போட்டுக்கொண்டிருந்து விட்டோம், என்றெல்லாம் கேலியாகத்தான் பேசுவார்கள்.”

“என் வயிறு எரியாதா? மனம் பதறாதா?”

"ஆமாம்-ஆனால், ராட்சதப்பயல்களோ, நாத்திகக் கும்பலோ, இவ்விதம் உன்னைப்பற்றிப் பேசினால், ஒரு நொடியிலே துவம்சம் செய்துவிடுவேன்-பேசியிருப்பவர்கள் ஆஸ்திகர்-ஆராய்ச்சிக்காரர்-விஞ்ஞானி-என்று கூறுகிறாயே!"

"இருந்தால் என்ன! விஞ்ஞானத்தின் மீது போர் தொடுத்து, அதனை ஒழித்துவிட வேண்டும்"—என்று கங்கா தேவியார், கூறிடவே, கைலைநாதன் செய்யத்தான் வேண்டும்—கங்கைக்கு வந்த கதி, நாளைக்குக் கைலைக்கும் வரும், என்று கூறிக்கொண்டே, போர்க்கோலம் பூண்டு கொள்ளலானார்.

"விஞ்ஞானத்தின் மீதா படை எடுக்கப் போகிறீர்?" என்று கேட்டுக்கொண்டே கீரதர் வந்து சேர்ந்தார்.

"ஆமாம்" என்றார் ஐயன், அம்மையும் "ஆம்" என்றார்.

"சிரமமான காரியமாயிற்றே! தாங்கள் ரிஷபவாகனம் ஏறிச் செல்லுமுன்பு, விஞ்ஞானி விமானமேறிச் செல்வானே! சூலாயுதத்தை வீசுவதற்குக் குறி பார்க்குமுன்பு, விஞ்ஞானி, அணுகுண்டை வீசிவிடுவானே!" என்று கீரதர் கூறினார்.

***

"என்னடா தம்பீ! கீரதர்-கீரதர்-என்று கூவினாய்" என்று கேட்டுக்கொண்டே, என் அண்ணன் என்னைத் தட்டி எழுப்பினார். கண்டது கனவு என்று அறிந்தேன்-பக்கத்திலே இருந்த பத்திரிகையிலே, கங்கைத் தீர்த்தம் கவைக்கு உதவாதது-மகத்துவம் இருப்பதாக மக்கள் நம்புகிறார்கள், ஆனால் அப்படி ஒன்றும் மகத்துவம் இல்லை-இது விஞ்ஞான ஆராய்ச்சியின் தீர்ப்பு, என்று, டில்லி பார்லிமெண்டில் சுகாதார மந்திரி ராஜ்குமாரி அம்மையார், பேசிய 'செய்தி' காணப்பட்டது.

6. கருப்பண்ணசாமி யோசிக்கிறார்!

மணி ஒலித்தது!

கதவு திறக்கும் சத்தம் கேட்டது:

கருப்பண்ணசாமி அலறியபடி உள்ளே ஓடலானார், ஒளிந்து கொள்ள இடம் தேடினார்.

'களுக்' கென ஓர் சிரிப்பொலி கேட்டது. கருப்பண்ணசாமி, கோபங்கொண்டு, "வேதனைப்படுகிறேன் நான்—இந்த வேளையில் கேலி வேறு செய்கிறாயா?" என்று கேட்டார், சிரித்தபடி தன் எதிரே வந்த தேவியைப் பார்த்து.

"கருப்பண்ணா!—என்ன கலக்கம்! ஏன் ஓடுகிறாய், ஒளிகிறாய்"—என்று தேவி கேட்க, கருப்பண்ணசாமி "காதிலே விழவில்லையா, மணிச் சத்தம்" என்று கேட்டார்.

"விழுந்தது—அது கேட்டு அச்சம் ஏன் வரவேண்டும்—ஆச்சரியமாக இருக்கிறதே"—என்று தேவி கேட்டார்.

"உனக்கும் ஒன்றும் புரிவதில்லை. யாரோ பக்தர்களல்லவா வருகிறார்கள்.........!" என்று பயத்துடன் பேசினார் கருப்பண்ணர்.

"பைத்தியமே! பக்தர் வருகிறார் என்றால் பயம் ஏன் வரவேண்டும்? உன்னைத் தொழ, சூடம் கொளுத்த, சோட சோபசாரம் செய்ய, படையல் போட வருகிறார்கள் பக்தர்கள். இதற்கு ஏன் பயப்பட வேண்டும்...ஓஹோ! இவ்வளவு பூஜையை ஏற்றுக்கொண்டும் எங்கள் கஷ்டத்தைப் போக்காமலிருக்கிறாயே கருப்பண்ணசாமி!—என்று அந்த

பக்தர்கள் கோபித்துக் கொள்வார்கள் என்ற பயமா?" என்றார் தேவி.

கருப்பண்ணர், "போதும் தேவி உன் தொல்லை. வரம் தந்து அவர்களின் குறையைப் போக்கவில்லை என்பதற்காக என்மீது சீறுவார்கள் என்ற பயம் எனக்கு இல்லை — நானென்ன தேவாலய அரசு செலுத்தி அனுபவமில்லாதவனா... இங்கு இல்லாவிட்டால், மேலுலகில் என்னைப் பூஜித்த பலன் கிடைக்கும் என்று பக்தர்கள் எண்ணிக்கொள்வார்கள், இங்கே அவர்களுக்குள்ள குறையைத் தீர்த்து வைக்காததற்காக என்மீது சீறமாட்டார்கள் என்ற சித்தாந்தம் எனக்கும் தெரியும். நான் பயப்பட்டது அதனால் அல்ல" என்று பெருமூச்சு வருமளவு வேகமாகப்பேசினார் கருப்பண்ணசாமி.

தேவியார் வேகமாகச் சென்று, வாயிலில் பார்த்துவிட்டு வந்து, "கருப்பண்ணா! பக்தர் யாருமல்ல, காற்று பலமாக அடித்ததால் மணி ஓசை கேட்டது. பயப்படாதே. சரி, பக்தர்கள் வருகிறார்கள் என்றால் ஏன் பயம் உண்டாகிறது உனக்கு- அதைச் சொல்லு" என்று கேட்டார்கள். பக்தர் யாரும் வரவில்லை என்று தெரிந்ததால் தைரியம் பெற்று, தன் பீடத்தில் அமர்ந்து, எதிரே ஒரு பீடத்தில் அமர்ந்த தேவியிடம் கருப்பண்ணசாமி, விளக்கம் கூறலானார்.

"தேவி! பக்தர்களால் எனக்கு ஏற்பட்ட ஆபத்தும் சங்கடமும், உனக்கு என்ன தெரியும்! வர வர இந்த 'வேலை'யிலேயே எனக்கு வெறுப்பு வளர்ந்துகொண்டு வருகிறது. தான் செய்த மோசத்தை அரைப் பலம் கற்பூரப் புகையிலே மறைத்துவிடலாம் என்று எண்ணுகிறான். இவனுடைய பேராசைக்கு நான் துணை செய்ய வேண்டும் என்று எண்ணுகிறான்—காரணம் கேட்டால் பெரிய படையலிட்டிருக்கிறேன், என்று கூறுகிறான்."

தேவி குறுக்கிட்டு, "இதென்ன புது விஷயமா கருப்பண்ணரே! இப்படிப்பட்ட பக்தர்களை நாம் நெடுங்காலமாகப் பார்த்து, பழகிக்கொண்டுதானே வந்திருக்கிறோம்" என்று கூறிட, கருப்பண்ணசாமி மனக்கொதிப்புடன் "இப்போது பக்தர்கள் அந்த அளவோடு நின்று விடவில்லை தேவி— கேவலப்படுத்துகிறார்கள், போலீசின் பாதுகாப்பிலே வாழவேண்டிய நிலைமைக்குக் கொண்டு வந்திருக்கிறார்கள் என்னை" என்று கூறினார்.

"கேவலப்படுத்தினார்களா! யார்!" என்று தேவி ஆச்சரியத்துடன் கேட்டார்.

அவரைக் கேலி செய்வதுபோல கருப்பண்ணர், "யார்?"— என்று ஒருமுறை கூறிவிட்டு, "நாஸ்திகர்கள் கேவலப்படுத்தினார்கள் என்று கருதுகிறீரா தேவி! அவர்ககளல்ல. அவர்கள் மனிதருடன் பழகுவதும் மனிதர்களின் பிரச்சனைகளைக் கவனிப்பதுமாகக் காலந் தள்ளுகிறார்கள். என்னைக் கேவலப்படுத்தியது, பக்தர்கள்!— கைகூப்பித் தொழுது கன்னத்தில் போட்டுக்கொள்கிறார்களே, கற்பூரம் கொளுத்துகிறார்களே அந்தப் பக்தர்கள் என்னை, செச்சே! இப்போது எண்ணிக்கொண்டாலும் எனக்கே வெட்கமாக இருக்கிறது, கேவலப்படுத்தினார்கள்— போலீசாரின் துணையால் நான் மீட்கப்பட்டேன்" என்று கூறினார். தேவிக்கு ஆச்சரியம் தாங்க முடியவில்லை.

"கருப்பண்ணரே! என்ன பேசுகிறீர். பக்தர்கள்-போலீஸ்- ஒன்றுக்கொன்று சம்பந்தமில்லாத பேச்சாக இருக்கிறதே" என்றார்.

"தேவி, கேள் இந்த விஷயத்தை. இந்த பக்தர்களை இன்னின்னது செய்யுங்கள், என் மனமகிழ்ச்சிக்காக, இன்னின்னது படையுங்கள் என்று நான் கேட்டதுமில்லை— அவர்களாகவே வருகிறார்கள்—அவரவர்கள் மனதுக்குத் தோன்றியபடி ஏதேதோ செய்கிறார்கள், நான் சிவனே! என்று

எல்லாவற்றிற்கும் ஈடு கொடுத்துக்கொண்டிருக்கிறேன். என் பொறுமை, பெருந்தன்மை இவைகளைக் கண்டு இந்த பக்தர்கள், என்னை என்னவேண்டுமானாலும் செய்யலாம் என்ற துணிவு கொண்டு... ... ...” கருப்பண்ணரின் தொண்டை அடைத்துக்கொண்டது துக்கத்தால். தேவியின் ஆச்சர்யம் அதிகரித்தது. “துணிவு கொண்டு...சொல்லும் கருப்பண்ணரே! துணிவு கொண்டு...” என்று ஆவலை வார்த்தைகளாக்கினார் தேவி. ஆத்திரத்துடன் கூறினார் கருப்பண்ணசாமி, “ஒரு அறையிலே போட்டு பூட்டிவிட்டார்கள்!”-என்றார். தேவிக்கும் இலேசாகத் திகில் ஏற்பட்டது.

“பூட்டிவிட்டார்களா? உன்னையா? பக்தர்களா?”—என்று திகைப்புடன் தேவி கேட்டார்கள்.

“கேட்பதற்கே இவ்வளவு திகில் பிறக்கிறதே தேவியாரே! என் மனம் என்ன பாடுபட்டிருக்கும்? என்னை ஒரு அறையிலே போட்டு, பூட்டினபோது. நான் என்ன கழனிவேலை செய்யும் கருப்பண்ணனா சாமி-சாமி-விட்டுவிடுங்க-என்று கதற! நானோ அவர்கள் கும்பிட்டு வரங்கேட்கும் கருப்பண்ணஸ்வாமி! அவர்களோ என்னையே அறையிலே தள்ளிப் பூட்டுப் போட்டுவிட்டார்கள். நான் என்ன செய்வது!”—என்று கூறி, ஆயாசமடைந்தார் கருப்பண்ணசாமி.

தேவி, உண்மையிலேயே அனுதாபப்படத் தொடங்கினார்கள்.

“கேவலமான நிலைமைதான் இது. பக்தர்கள் உன்னைச் சிறையில் போடுவதுபோல அல்லவா செய்துவிட்டிருக்கிறார்கள்” என்று பேசினார் சோகமாக.

“தேவீ! உன் காதிலே அவர்கள் அப்போது போட்ட கூச்சல் விழுந்திருந்தால் தெரிந்திருக்கும் அவர்களின் போக்கும்

குணமும். போட்டுப் பூட்டடா, என்ன நடந்து விடுதுன்னு பார்க்கலாம்'' என்று ஒருவன் கொக்கரிக்கிறான்.

“பெரிய பூட்டு கொண்டுவா'' என்று கூவுகிறான் ஒருவன்.

“அலிகார் பூட்டு வேண்டுமா?'' என்று கேட்கிறான் இன்னொருவன். இவ்வளவு கூச்சல், துணிவு! போட்டுப் பூட்டுங்க, பார்க்கலாம், எவன் வந்து என்ன செய்து விடுகிறான்... என்று கூவி, “தேவி! என்னை பெரிய அறையிலே போட்டுப் பூட்டிவிட்டுப் போயேவிட்டார்கள்.''

“வெளியே சிரிக்கிறார்கள்—இனி பார்க்கலாம் என்ன நடக்கிறது என்று!—நான் உள்ளே போய் அடைபட்டுக்கிடக்கிறேன்—என்னைப் போட்டுப் பூட்டிய ‘பாவிகள்' சிரிக்கிறார்கள்! நான் கேட்கலாமா அவர்களைப் பார்த்து, இதென்ன அக்ரமம்—திறந்துவிடுங்கள் என்னை — இல்லையானால் மூக்கிலும் வாயிலும் இரத்தம் வரச்செய்வேன் கைகால்களை முறித்துப் போட்டுவிடுவேன் — என்று பேசலாமா! அவர்களோ என் பக்தர்கள்! நானோ அவர்களால் வணங்கப்படும் சாமி. தேவீ! மனம் எவ்வளவு பதறி இருக்குமென்று யோசி''—என்றார் கருப்பண்ணர்.

“கருப்பண்ணரே! அது கிடக்கட்டும், ஏன் பூட்டினார்கள்... என்ன செய்தீர்?''—என்று கேட்டார் தேவியார். கருப்பண்ணர் சிரித்துவிட்டு, “நானா? என்ன செய்தேனா? அவர்கள் என் எதிரே இருந்துகொண்டு சொல்லிவந்த புளுகுகளை எல்லாம் கேட்டுச் சகித்துக்கொண்டிருந்தேனே அது தான் நான் செய்த தவறு. போதும் புளுகாதீர்கள் என்று ஒரு தடவையாவது, ஒரு பக்தனையாவது கண்டித்திருந்தால் அவர்களுக்கு அன்று அவ்வளவு துணிவு வந்திருக்காது'' என்றார் கருப்பண்ணர்.

“உன்னை ஒரு தனி இடத்தில் போட்டுப்பூட்டவேண்டிய அவசியம் என்ன வந்தது?” என்று மீண்டும் கேட்டார் தேவியார்.

சலிப்பும் வெறுப்பும் கலந்த குரலிலே கருப்பண்ணர் சொன்னார். “ஏன் பூட்டி வைத்தார்கள் என்றா கேட்கிறீர், தேவீ! நான் அவர்களின் “சாமி”யாம். அதனாலே என்னை வேறே சில பக்தர்கள் கொண்டு போகாமலிருப்பதற்காக, என்னைப்போட்டுப் பூட்டி வைத்தார்கள். அவ்வளவு ‘பக்தி’ என்னிடம், வேறு எந்த பக்தனிடமும் நான் பேசிவிடக்கூடாது. அப்படி ஒரு எண்ணம்—” என்றார் கருப்பண்ணர்.

“இதென்ன பைத்தியக்காரத்தனமான எண்ணம்!”—என்று தேவி கேலியாகப் பேசினார்கள். “இவர்கள் கண்டதையும் கடியதையும் வேகாததையும் பழுக்காததையும் தின்று வயிற்றுப் போக்கு ஏற்பட்டால், என்னை வந்து கேட்கிறார்களே, தேவி! கருப்பண்ணஸ்வாமி என்னைக் காப்பாற்று என்று. பைத்தியக்காரத்தனம்தானே அது. அதுபோல இதுவும் ஒரு பைத்யக்காரத்தனம். உண்மையைச் சொல்லப் போனால், தேவீ! அப்படிப்பட்ட பைத்யக்காரத்தனத்தை நாம் வளரவிட்டது தவறு இல்லையா? என் விஷயத்தைக் கேள் தேவீ! இந்த பக்தர்களுக்கு நான் தங்களுடைய “சாமி”, வேறு யாரும், தங்களுடையதென்று பாத்யதை கொண்டாடினாலும் விட்டுக்கொடுக்கக் கூடாது என்கிற எண்ணம் ஏற்பட்டது. அதற்குத் தகுந்தபடியான நிலைமையும் ஏற்பட்டுவிட்டது. நான், நீ என்று போட்டி போட்டுக்கொண்டு பக்தர்கள் கூட்டம் பெருகுவது கண்டு எனக்கும் பெருமையாகத்தான் இருந்தது. என் போறாத வேளை, என் பக்தகோடிகள், இரண்டு ‘கோஷ்டி’யாகப் பிரிந்து அவர்களுக்குள்ளே தீராத பகை ஏற்பட்டுவிட்டது. அவர்களுடைய பகை எனக்குப் பெரிய ஆபத்தாக வந்துசேரும் என்று நான் கண்டேனா. நான் என் வேலையைக் கவனித்துக்கொண்டு இருந்தேன். வழக்கமாக எனக்கு

நடத்துகிற உற்சவத்தை நடத்தினார்கள்—எனக்கு மகிழ்ச்சி—தேரும் திருவிழாவும் வீண்வேலை என்று ஊருக்குப் போய்ச் சிலபேர் பேசிக் கொண்டிருக்கிறார்களே, அவர்கள் பேச்சிலே மயங்கி எங்கே என் பக்தர்கள் இந்த வருஷம் உற்சவத்தை நடத்தாமல் இருந்து விடுகிறார்களோவென்று எனக்கு இலேசாக பயம். அவர்கள் உற்சவத்தை வழக்கப்படி நடத்த முன்வரவே நான் மகிழ்ச்சி அடைந்தேன்—எவ்வளவு பிரசாரம் நடைபெற்றாலும் நமது செல்வாக்கு போய்விடவில்லை யென்றெண்ணி பூரித்துப் போனேன். வருஷா வருஷம் வைகாசி மாதம் உற்சவம் நடத்துவார்கள் எனக்கு—கருப்ப உடையார் தலைவர், உற்சவம் நடத்திய பக்தர் குழாத்துக்கு. வழக்கப்படி ஊர்வலமாக என்னை அழைத்துச் சென்றார்கள். "பயல்களே! பகுத்தறிவு—சுயமரியாதை என்று கத்திக்கொண்டிருக்கிறீர்களே—பாருங்களடா, பக்தர்கள் எனக்கு உற்சவம் கொண்டாடுவதை!" என்று கூறிட எண்ணினேன்—ஆனால் அந்தப் பயல்கள் ஒருவன்கூடக் காணோம்—எங்காவது 'மஹாநாடு' போட்டிருப்பான்கள் போலிருக்கு. சந்தோஷமாகப் பவனி வந்தேன். எப்போதும்போல என்னைக் கொண்டுபோய் மண்டபத்தில் கொலுவிருக்கச் செய்தார்கள் பக்தர்கள் என்னை வந்து தரிசிக்க. அதுதானே நல்ல ஏற்பாடு. நானும் மண்டபத்தில் கெம்பீரமாக வீற்றிருந்தேன்.

பக்தகோடிகள் இரண்டு 'கோஷ்டி'யாகி இருந்தனர் என்று சொன்னேனல்லவா—உற்சவம் செய்தது ஒரு கோஷ்டி—மற்றொரு கோஷ்டி, பிச்ச உடையார் நடத்தி வந்தார்—அந்தக் கோஷ்டியும் என் பக்தர்கள்தான். அந்த இரண்டு 'கோஷ்டி'க்கும்தான் பகை, இரண்டு கோஷ்டிக்கும் என்னிடம் பகை ஏற்படக் காரணமே கிடையாது.

மண்டபத்தில் இருந்த என்னை மீண்டும் கோயிலுக்கு அழைத்துப் போகக் கூடிற்று கருப்ப பக்தர் கோஷ்டி.

"தூக்காதே! எடுக்காதே!" என்று கூவிற்று பிச்ச பக்தர் கோஷ்டி.

“நீங்கள் யாரடா, தடுக்க—எங்க கருப்பண்ணசாமிக்கு நாங்கள் உற்சவம் நடத்துகிறோம்—எங்கள் இஷ்டப்படி—நடத்துகிறோம்—உலா முடிந்தது, கொலு முடிந்தது—கொண்டு போகிறோம் கோயிலுக்கு—நீங்கள் யார் தடுக்க?” என்று கருப்ப பக்தர் கோஷ்டி பதில் கூறிற்று.

“தொடாதே!”—என்று அதட்டிப் பேசினர் பிச்சை பக்தர் கூட்டத்தினர்.

“தூக்கு! தூக்குடா!” என்று அதிகாரக் குரலில் பேசினர் கருப்ப பக்த கோஷ்டியினர்.

“வெளியே கிளப்பினே—கொலைவிழும்—ஆமாம்—”

“சூரப் புலிகளோ! தூக்குடா சாமியை!”

“வேண்டாம்—வீணா தொல்லைப்படாதிங்க”

“கருப்பண்ணசாமியை நாங்க எங்க இஷ்டப்படி தூக்கிக்கிட்டுப் போவோம்.”

“கருப்பண்ணசாமி, எங்க சாமிடா!”

“இல்லே, எங்க சாமிடா, கருப்பண்ணசாமி”

“கையை வெட்டிவிடுவேன்”

“காலை ஒடித்துவிடுவோம்”

தேவி! இரு பிரிவும் இப்படி கொக்கரித்தன—நான் மண்டபத்திலே கொலு இருக்கிறேன்! என்னைக் கொண்டு போய் பழையபடி கோயிலில் சேர்த்துவிடவேண்டும் என்று ஒரு பிரிவு முயற்சி செய்கிறது—இன்னொரு பிரிவு, கூடாது என்று கூறித் தடுக்கிறது. நான் என்ன செய்வது; இரு பிரிவினரும் என் பக்தர்கள்! நான், யார் பக்கம் சேரமுடியும்? இரண்டு பிரிவும் சண்டை போட்டுக் கொள்ளட்டும், நாம், கோயிலுக்குப் போய்த் தொலைப்போம்—இரு பிரிவின் தயவும் வேண்டாம், என்று எண்ணம் பிறந்தது—ஆனால் எப்படிக் கோயிலுக்குப் போவது! நான் திண்டாடிப் போனேன், தேவி! திகைத்துப் போனேன்.

பட்டிக்காடுகளிலே, கலியாணத் தகறாரு கிளம்பிவிட்டால், பெண்ணைக் கொண்டுவா என்று ஒரு கூட்டம் கூவ, பெண்ணைக்கொண்டு போகாதே என்று மற்றொரு கூட்டம் கூவ, இரண்டு கூட்டத்தின் சச்சரவிலே சிக்கிய பெண், புலம்புவது உண்டு. என் நிலை அதுபோலாகி விட்டது. ஆனால் நான் புலம்பலாமா! நானோ சாமி! என்னை இந்தக் கொடுமைக்கு ஆளாக்கினவர்களோ என்னைப் பூஜிக்கும் பக்தர்கள்! என்ன செய்வது நான்!

“கோயிலிலே கொண்டுபோய் ஸ்வாமியைச் சேர்ப்பது தான் நியாயம்” என்று கருப்ப பக்தர் குழாம் கூறியபடி இருந்தது. பிச்ச பக்தர் குழாமோ, “விவகாரத்தைத் தீர்த்துவிட்டு, சாமியைத் தொடு—விவகாரம் பைசல் ஆகாததற்கு முன்னே, தொட்டா, விடமாட்டோம்” என்று கூறுகிறது.

அட, பாவிகளா! உங்களுக்குள்ளே, ஏதாவது விவகாரம் இருந்தா என்னை ஏன் அதுக்காகச் சீரழிவு செய்கிறிங்க. நான் கோயிலுக்குப் போனபிறகு, உங்க விவகாரத்தை பேசி, பைசல் செய்துகொள்ளக்கூடாதா? என்னை இப்படி அவமானப்படுத்துவது முறையா—என்று கேட்க விருப்பம்தான்—எப்படிக் கேட்க முடியும்!

ஊரிலே இதற்குள்ளே பேசப்பட்ட பேச்சோ, கேட்டுச்சகிக்க முடியல்லே.

"சாமி புறப்படலே இன்னும்?"

"இல்லே—சாமியை விடமாட்டேன்னு சொல்றாங்களாம்"

"ஏனாம்—யாராம்—"

"அவுங்கதான் பிச்சய்யா"

"ஏனாம்"

"என்னமோ விவகாரம் இருக்காம், கருப்பையாவோடே. அந்த விவகாரத்தைப் பைசல் செய்து சாமியைத் தொடு, இல்லேன்னா விடமாட்டோம்னு பேசறாங்க"

"சாமி, மண்டபத்திலேதான் இருக்கா?"

"ஆமாம்—பாவம்—மண்டபத்திலேயேதான் இருக்கு"

"இந்நோம் கோயில் போய்ச் சேர்ந்திருக்குமே."

"ஆமாம், விட்டாத்தானே"

"இவர்களுக்குள்ளே சண்டைன்னா சாமி, என்ன பண்ணிச்சாம், பாவம், அதை மண்டபத்திலே காக்கப்போட்டு வைக்க வேணுமா!"

இப்படித் தாய்மார்கள் பேசுகிறார்கள்.

சிறுவர்களோ, "டோய்! சாமி ஆப்பிட்டுக்கிச்சி, மண்டவத்திலே" என்று கூவித் தொலைக்கிறார்கள்.

தேவி! கோயில் நிர்வாக சம்பந்தமாக, அந்த இரண்டு பிரிவுக்குள் ஏதோ தகறாராம்—அதற்காக என்னை இந்தக் கோலப்படுத்தினார்கள்.

கோயில் தகறாரு தீர்க்கப்பட்டாலொழிய, என்னை மண்டபத்தை விட்டு எடுத்துச் செல்லக்கூடாது என்று கண்டிப்பாகக் கூறிவிட்டதுடன், "கணக்கு வழக்கு முடிந்தாலொழிய கருப்பண்ணசாமியைக் கோயிலுக்குக் கொண்டு போகவிடப் போவதில்லை" என்று தீர்மானமாகச் சொல்லிவிட்டு, தேவி! என்னை மண்டபத்துக்குள்ளே விட்டு விட்டு, கதவை இழுத்துப் பூட்டிக்கொண்டு போய்விட்டார்கள், பிச்ச பக்தக் கூட்டம். நான் உள்ளே அடைபட்டுக் கிடந்தேன்—மண்டபத்தைப் பூட்டிவிட்டார்கள். உற்சவத்துக்கு ஆசைப்படாமலிருந்தால், நிம்மதியாகக் கோயிலிலே இருந்திருக்கலாம்—இப்போது, மண்டபத்திலே போட்டுப் பூட்டிவிட்டார்கள்.

"டோய்! சாமி, உள்ளே இருக்குடா—பூட்டிப்பூட்டாங்க" என்று கூவிக் குதிக்கிறார்கள்.

"பாவம், கருப்பண்ணசாமியைப் போட்டுப் பூட்டிவிட்டான்க!" என்று தாய்மார்கள் முகவாய்க்கட்டையில் கை வைத்தபடி பேசுகிறார்கள். நான் உள்ளே சிறை வைக்கப்பட்டேன். என்னை இந்தக் கதிக்கு ஆளாக்கிய கருப்ப பக்தர், என்னைச் சிறை மீட்க அரும்பாடு படலானார். 'இந்துமத பரிபாலன போர்டாரா'மே அவர்களிடம் முறையிட்டாராம்.

“சாமியை மண்டபத்திலே போட்டுப் பூட்டிவிட்டார்கள்—கோயிலிலே சாமி இல்லை—சாமியை வெளியே கொண்டுவந்து கொடுக்க வேணும்”னு கேட்டாராம். போர்டார் இதுக்கா இருக்காங்க! ஏதோ கணக்கு வழக்கு சரியா இருக்கா இல்லையான்னு பார்க்கத்தானே—அந்தக் காரியத்தை ஒழுங்காச் செய்யவே அவர்களுக்கு நேரம் போதறதில்லே—என்னைப் போட்டு பூட்டிவிட்டா, அதற்காக ஓடோடியா வருவாங்க! போப்பா! போயி, போலீசிலே சொல்லுன்னு யோசனை கூறிவிட்டாங்க. ஓடியிருக்கிறார், போலீசுக்கு. நான் உள்ளே அடைபட்டுக் கிடக்கிறேன். போலீசிலே என்னென்ன பேசினாங்களோ தெரியல்லே! என்ன பேசியிருக்கப்போறாங்க, கேலிதான்! கடைசியிலே லால்குடி போலீஸ் சப்இன்ஸ்பெக்டர் ஒரு போலீஸ் படையோடு வந்து, பூட்டை உடைத்து, என்னை வெளியே விட்டார்! அந்த, நல்ல மனுஷன் இந்த உபகாரம் செய்ய வந்தாரே, அவரைச் சும்மா விட்டாங்களா, “எப்படி பூட்டை உடைக்கலாம்—பார், என்ன செய்கிறோம் எங்க கருப்பண்ணசாமியை நாங்க பூட்டி வைக்கிறோம், மாட்டிவைக்கிறோம். எங்க இஷ்டப்படிச் செய்கிறோம், நீ யார் கேட்க—பூட்டை உடைக்கலாமா?” அப்படி இப்படின்னு, அவரைச் சூழ்ந்துகொண்டாங்க. அவர் என்ன, என்னைப்போலவா, வாயை மூடிக்கிட்டுக்கிடப்பாரு—மரியாதையா நடங்க—சட்டப்படி நடக்கவேணும்னு சொல்லியிருக்காரு—கேட்கல்லே, போலீசாரைக் கூப்பிட்டாரு, போடுங்கடா பூஜைன்னு உத்தரவு போட்டாரு, தூக்கினாங்க தடியை, அடிச்சி விரட்டினாங்க. தேவீ! அப்பத்தான் என் மனம் கொஞ்சம் நிம்மதியாச்சி பக்தனுங்கன்னு பேர் வைத்துக்கொண்டு, கற்பூரம் கொளுத்திக் காட்டிக்கிட்டு, இருக்கிறவங்க, நீதி நியாயத்தைக் கவனிக்காமல், ஈவு இரக்கம் காட்டாமல், பழி பாவத்துக்கு அஞ்சாமல், சாமியை இந்த அலங்கோலப்படுத்தலாமான்னு யோசிக்காமல், நெஞ்சழுத்தத்தோட, என்னைப் பூட்டிப் போட்டு விட்டாங்க—கேவலப்படுத்தி விட்டாங்க. நான் என்ன செய்ய முடிந்தது? எந்தப் புண்யவான் வந்து வெளியே

விடுவாரோ—எத்தனை காலம் இங்கே அடைபட்டுக் கிடக்க வேணுமோ — எவனெவன் கேலி செய்கிறானோ—ன்னு எண்ணி எண்ணி ஏக்கப்பட்டுக்கொண்டிருந்தேன். நல்ல வேளையா லால்குடிக்காரர், தங்கமான மனுஷன், அவர் புள்ளெகுட்டிக சுகமா இருக்கவேணும், என்னை வந்து வெளியே கொண்டுவந்து சேர்த்தாரு—தேவி! இந்தப் பாடுபடுத்தி விட்டாங்க பக்தர்னு சொல்லிக்கொள்கிறவங்க — அதனாலே தான் எனக்கு பயம் ஏற்பட்டுவிட்டுது—நிஜமாச் சொல்றேன், இனி இந்த பக்தர்களை நம்பிப் பிரயோஜனமில்லே—ஏதோ பூஜை செய்கிறாங்களேன்னு பூரிப்படையறதிலே அர்த்தமில்லே. "இனி நமக்கு அவங்க தயவு வேண்டாம்—சகவாசமே கூடாதுன்னு தோணிவிட்டுது"—என்று கருப்பண்ணசாமி தன் கதையைக் கூறி முடித்தார். தேவியும், கதையைக் கேட்டுக் கலக்கமடைந்தார்கள்.

"ஆமாம்! இனி இந்தப் பக்தர்களை நம்பக்கூடாது" என்று தேவியும் தீர்ப்பளித்தார்கள்.

"நாம் இரண்டு பேர் மட்டும் தீர்மானித்தால் போதுமா தேவி! நம்ம கூட்டம் பெரிதல்லவா? எல்லோருக்கும் எடுத்துச் சொல்லி இனி இந்தப் பக்தர்களிடம் நாம் சிக்கிச் சீரழிவுபடக்கூடாது. பக்தர்கள் வேண்டாம் — என்று தீர்மானம் நிறைவேற்றினால்தானே நல்லது" என்றார் கருப்பண்ணசாமி.

"ஆமாம், கருப்பண்ணரே! பக்தர்களால், நம்மவர்களுக்கு ஏற்பட்டு வரும் சீரழிவுகளையும், எத்தர்கள் ஏமாளிகளை ஏய்க்க நம்மைக் கருவியாகக் கொள்வதையும் விளக்கமாகக் கூறி, நமது நண்பர்களுக்கும் இனி இப்படிப்பட்ட இடைஞ்சல் ஏற்படாதபடி பார்த்துக் கொள்ளத்தான் வேண்டும். நாம் இதற்காக ஒரு தனி மாநாடு கூட்டிவிட வேண்டியதுதான். இனிப் பொறுக்க முடியாது. நான் வரவேற்புக் கழகத்துக்குத் தலைமை தாங்கிவிடுகிறேன்—

திறப்பு விழா நீ நடத்திவிடு—தலைமைக்கு யாரை அழைக்கலாம்.........” என்று தேவியார், ஆர்வத்துடன் கேட்டார்கள்.

“யாரை அழைக்கலாம்?”-என்று கருப்பண்ணசாமியும் யோசிக்கலானார்!

[1951-ஆகஸ்ட் மாதத்தில் லால்குடிக்குச் சமீபத்தில் உள்ள புஞ்சைசாங்குடி என்ற கிராமத்தில், இருகட்சிகள் ஏற்பட்டு, கருப்பண்ணசாமியை மண்டபத்தில் போட்டுப் பூட்டிவிட, போலீஸ் உதவியுடன் பூட்டு உடைக்கப்பட்டு, சாமி கோயிலில் கொண்டுபோய்ச் சேர்க்கப்பட்டார் என்ற செய்தி ‘இந்தியன் எக்ஸ்பிரஸ்’ இதழில், ஆகஸ்ட் 22-ல் வெளிவந்தது. அந்த உண்மைச் சம்பவத்தைப் பின்னணியாகக் கொண்டு தீட்டப்பட்டது இந்தக் கற்பனை.]

7. ஆறுமுகம்

"சுகம், துக்கம் இரண்டும் வாழ்க்கைத் தேரின் இரு உருளைகள். கவலையை விடு. கடவுளை நம்பு. அவன் ஆணைப்படியே அனைத்தும் நடக்கும், அவனைத் தொழு, கஷ்டம் நீங்கும், சுகம் பிறக்கும்"

சஞ்சலப்பட்டுக் கூப்பிய கரத்துடன் நின்று, குமுறுகிற நெஞ்சுக்கு ஆறுதல் தேடும், ஏழைக்கு, வேதாந்தி கூறும் உபதேசம் இது.

கடவுளின் முகத்திலே, களிப்பு பிறந்தது. இந்த ஏழை, எங்கே தன் கஷ்டத்தினால், நம்மை மறந்து விடுவது, அல்லது மனம் நொந்து தூற்றுவது என்ற மனப்போக்கு கொண்டு விடுகிறானோ என்று எண்ணினோம், நல்ல வேளையாக, வேதாந்தி, நமக்கு வக்கீலானான். சுகம், துக்கம் இரண்டும் இருக்கத்தான் செய்யும் என்று உபதேசித்தான். ஏழையின் மனம் சாந்தி அடையும் என்று கடவுள் கருதிக் களிப்படைந்தார்.

"ஆட்டுக்கும் அளவறிந்துதானே, ஆண்டவன் வால் வைக்கிறார். உயர உயரப் பறந்தாலும் ஊர்க்குருவி பருந்தாகுமா, பயல், இப்போதுதான், படுகிறான், வேண்டும் அவனுக்கு"

ஏழையின் கஷ்டத்துக்குக் காரணமாக இருந்தவன் ஆண்டவன், ஏழையைத் தண்டித்தான், அது தக்க காரியம் என்று கூறிக் களிக்கிறான். ஆண்டவனின் முகம் கோபத்தால் சிவந்தது. கொடியவன் ஏழையைக் கெடுத்ததுடன் இல்லை, என்னையுமல்லவா, நடுச்சந்திக்கு இழுக்கிறான். அந்த ஏழை. படும்பாடு, என் ஏற்பாடு, அதுவும் சரியான ஏற்பாடு என்று தைரியமாகக் கூறுகிறான். எவ்வளவு துணிவு! ஏழையைக்

கெடுத்ததுமின்றி, ஏழையை என் மேலே ஏவுகிறானே, இவ்வளவும் என் ஏற்பாடு என்று பேசி. எவ்வளவு வன்னெஞ்சம் இவனுக்கு என்று எண்ணினார், கோபம், பொங்கிற்று, ஆண்டவனுக்கு.

"அட ஏண்டா தம்பி! ஆண்டவன் ஆண்டவனென்று அடிக்கொருதடவை பிதற்றுகிறே. அந்த அக்ரமக்காரன் செய்த கொடுமையாலே நீ அவதிப்படுகிறே. ஆண்டவன் ஏன் இதைச் செய்யப்போகிறார்?"

ஏழையைக் கொடுமை செய்தவனின் கெட்ட குணத்தை அறிந்த ஒரு நண்பன், ஏழைக்கு வந்த இடருக்கு ஆண்டவன் பொறுப்பாளி அல்ல என்று கூறுகிறார்.

கடவுளின் கோபம் இந்தப் பேச்சினால் குளிர்ந்துவிட்டது. வேதாந்தி கஷ்ட காலத்திலும் என்னை மறக்கக் கூடாது என்ற உபதேசம் செய்தான். அதற்கு நேர்மாறாக, ஏழையைக் கெடுத்த கொடியவன், என் மீது ஏழையை ஏவிவிடப் பார்த்தான். நல்லவேளையாக இந்த நண்பன் வந்தான் என்னைப்பற்றிக் கவலைப்படவேண்டாம், இடர் விளைவித்தவனைப் பற்றி யோசி என்று கூறி, ஏழையின் கண்ணையும் கருத்தையும் அந்தப் பக்கம் திருப்பிவிட்டான்; அது மிக நல்லதாயிற்று, என்று எண்ணி ஆண்டவன் நிம்மதியடைந்தார். முகத்திலே கோபம் போய் தெளிவு பிறந்தது.

"ஆண்டவனே! எங்களை ஏன் இப்படித் தவிக்க வைக்கிறாயோ தெரியவில்லையே. அந்தப் பாவிக்குப் பக்கத்துணையாகவே இருக்கிறாய்? நியாயமா? நாங்கள் என்ன குற்றம் செய்தோம்? தெய்வமே! இது அடுக்குமா?" என்று ஏழையின் மனைவி ஆண்டவனிடம் முறையிட்டு, நீதி வழங்கும்படிக் கேட்கிறாள்.

ஆண்டவனின் கண்களிலே இருந்து அவரையும் அறியாமல் நீர் வழியலாயிற்று. "இந்த அபலை, என்னை நீதி வழங்கும்படிக் கேட்கிறாளே. அவள் படும் கஷ்டம் ஒரு அக்கிரமக்காரனால் உண்டானது என்கிறாள், அதுவரையிலே சந்தோஷந்தான், நான்தான் கொடுமைக்குக் காரணம் என்று அம்மை குற்றம் சாட்டவில்லை. ஆனால், என்மீது உடந்தையாக இருக்கும் குற்றத்தைச் சுமத்துகிறார்களே, நான் என்ன செய்வேன்? என் கடமையை நான் செய்யவேண்டுமென்று எனக்குக் கவனமூட்டுகிறாள் அந்தக் காரிகை. முறையிடுகிறாள்! தூற்றிவிடக்கூடாதா? துயர் நேரும்போது, மனதிலே சாந்தி வருவித்துக்கொள்ளாமல், தெய்வத்தை நிந்தித்தாய், ஆகையால் உனக்கு அருள் பாலிக்க முடியாது என்றாவது சொல்லித் தப்பித்துக் கொள்ளலாமே? இந்தப் பெண்மணி, தன் கஷ்டத்தை என்னிடம் முறையிட்டு அல்லவா, நீதி வழங்கச் சொல்கிறாள். ஐயோ! அந்தக் கண்ணீருக்குதான் சமாதானம் சொல்லியாக வேண்டுமே என்ன செய்வேன்" என்று கூறினார். ஆண்டவன் கண்ணிலே இருந்து நீர் தாரை தாரையாகப் பெருகிற்று.

"ஆண்டவனறிய நான் ஒன்றும் தவறு செய்யவில்லை. வீணாக என் மேல் சந்தேகப்படவேண்டாம். அவன் பொய் பேசுகிறான். நான் அவன் சொத்தை அபகரிக்கவில்லை. சாட்சி உண்டா கேளுங்கள். என்னை அவமானப்படுத்த வேண்டாம். ஆண்டவன் சாட்சியாக, நான் அந்த ஏழையின் சொத்தை அபகரிக்கவில்லை" என்று ஏழையைக் கெடுத்தவன் அலறினான், ஏழையின் பக்கம் சிலர், சேர்ந்துகொண்டு அடித்து உதைத்து ஏழையிடமிருந்து அபகரித்த சொத்தை கொடுக்கும்படி வற்புறுத்தும்போது. இந்தக் குரல் கேட்டதும், ஆண்டவன் கண்களைத் துடைத்துக்கொண்டார். முகத்திலே, உறுதி பிறந்தது. ஊரார் நியாயம் கேட்கத் தொடங்கி விட்டார்கள்! ஏழையின் சார்பிலே பரிந்து பேசவும் ஆட்கள்

உள்ளனர், இனி நமக்குத் தொல்லை இல்லை, என்று எண்ணினார். உறுதி காட்டும் முகத்துடன் நின்றார்.

ஏழையின் சொத்து திரும்பக் கிடைத்தபிறகு, அவன் களிப்புடன் காணப்பட்டான். எல்லாம் அவன் செயல்! என்று கூறி நின்றான். அவனுக்கு உதவியாக வந்தவர்கள் "அதுசரி அப்பா! அந்தக் கொடியவனிடமிருந்து, உன்னை மீட்டோமல்லவா? அப்பப்பா எவ்வளவு கடினமான காரியம்!" என்றனர். "அநீதி நிலைக்குமா? ஆண்டவன் அக்ரமக்காரனை விட்டுவைப்பானா?" என்றான் களிப்புடன் அந்த ஏழை. "சரி நேரமாகிறது, எங்கள் சிரமத்துக்குத் தர வேண்டியதைக் கொடுங்கள்" என்றனர் உதவிபுரிந்தோர். "நான் தருவதா? ஆண்டவன் உங்கட்கு நீண்ட ஆயுளும் நோயற்ற வாழ்க்கையும் குறைவற்ற செல்வமும் தருவார்" என்று ஏழை கூறினான். உதவிபுரிந்தவர்களுக்குப் பொறுமை இல்லை. கொஞ்சம் கோபத்தோடு கேட்டனர், "இருக்கட்டுமப்பா! ஆண்டவன் கொடுக்கிறபோது கொடுக்கட்டும், இப்போது நீ தரவேண்டியதை எடு, கொடு" என்றனர். "கொடுப்பதுப்பற்றித் தடை இல்லை, ஆனால் ஆண்டவனின் அருஞ் செயலை நான் மறுத்ததாக முடியுமே என்பதுபற்றித்தான் கவலைப்படுகிறேன். அவனன்றி ஓரணுவும் அசையாதே என்றான் அந்த ஏழை. உதவி புரிந்தவர்கள் கோபம் தாங்க முடியாமல் ஒரு பலமான அறை கொடுத்தனர்; "அவனன்றி இந்த அறையும் கிடைக்காது" என்று கொக்கரித்தபடி. ஆண்டவன் தன் முகத்தைச் சுளித்துக்கொண்டார், வேகமாகத் தேவியாரின் அறைக்குச் சென்றுவிட்டார். அன்றுமட்டும் ஆண்டவன் ஆறு திருக்கோலம் கொண்ட அருமையை வியந்து என் குறிப்பேட்டில் ஆறுமுகம் என்ற தலைப்பிலே அன்றைய நிகழ்ச்சியை எழுதி முடித்தேன்.

***

“குறிப்பு எழுதினாயா, குறிப்பு! எவ்வளவு குறும்பு உனக்கு!”- என்று கூறிக் கோபித்திடும் அன்பர்கள், என் மனக்கண்முன் தெரிகிறார்கள். வீணாக அவர்களின் கோபத்தைக் கிளறி நான் காணப்போகும் பலன் என்ன! கோபித்திடும் அன்பர்கள், யோசிக்கவேண்டும், மனிதர்களின் ஒவ்வொரு நடவடிக்கையையும் உடனுக்குடன் குறிப்பெடுக்க, ஒரு “சித்ரபுத்ரன்” இருப்பதாகக் கூறப்பட்டிருக்கிறதல்லவா- பகுத்தறிவுக்குப் பொருத்தமானதா, அந்தப் புராணம்? எங்கள் ஊரிலே கோயிலே இருக்கிறது, சித்ரபுத்ரனுக்கு. யாருக்காவது ஆபத்தான நிலை என்றால், அந்தக் கோயிலுக்கு விளக்கேற்றித் தொழுவார்கள். என்ன பொருள்? என்ன நோக்கம்! “ஐயனே! சித்ரபுத்ரா! என் வீட்டிலே, நோய்வாய்ப்பட்டுத் துடிக்கும் இன்னவரை, அங்கே அழைத்துக்கொள்ளாதே, தயை செய்து காப்பாற்று-உனக்கு இதோ நெய் விளக்கு ஏற்றுகிறோம்”- என்று பிரார்த்திக்கிறார்கள். சித்ரபுத்ரன் வேலையோ, இன்னின்னவர்கள் இன்ன நாளில் பிறந்து இன்ன நாளிலே இறந்து தீர வேண்டும் என்ற “ரிகார்டுகளை” சர்வ ஜாக்ரதையாகக் காப்பாற்றி, அவ்வப்போது கவனித்து, அந்த “பிரமலிபீயின்”படி அவரவர்களை அழைத்துவர, யமகிங்கிரர்களை அனுப்பிவைப்பது! விளக்கு ஏற்றிவைத்து வீழ்ந்து வணங்குபவர்களின் கோரிக்கையோ, “அப்பனே! காப்பாற்று! அழைத்துக்கொண்டு போய்விடாதே!” என்பது! அதாவது, உன்னிடமுள்ள ரிகார்டைக் கொஞ்சம் தள்ளிவிடு, என் மனுவை ஏற்றுக்கொள், என்பது பொருள். சுருக்கமாகச் சொல்வதானால், ‘தப்புக் கணக்கு’ போடும்படி சித்ரபுத்ரனைக் கேட்டுக்கொள்கிறார்கள்— கலெக்டர் ஆபீசிலே கிளார்க்கிடம் கனதனவரன்கள் சொல்வதில்லையா, “நம்ம பேப்பரை கட்டிலே, மேல் பக்கம் வைத்து விடு, தம்பி! நாகலிங்கம் பேப்பரைக் கட்டிலே அடிபாகத்திலே வைத்துவிடு”—என்று. அதுபோல! இப்படிக் குறிப்பெடுக்கும் கடவுளாக மட்டுமல்ல, எடுத்த குறிப்பைத் திருத்தவும், மாற்றவும், உரிமை பெற்று, அதற்காக ‘பூஜை’யைப் பரிசாகப் பெற்று விளங்கும் சித்ரபுத்ரனைப் பற்றிப் புராணம் பேசும்போது, ஏன் கோபம் வருவதில்லை! சிந்திப்பதில்லை அப்போது! புராணம்

எழுதினவன், புத்தியிலே மட்டும் நமக்கு மேலானவன் என்று எண்ணிக் கொள்வதில்லையே, அவன், குலத்திலே மேலானவன், குணத்திலே மேலானவன், கடவுளிடம் நேரிடையாகப் பேசுபவன், என்றெல்லாம் நம்பிவிடுவதால், புராணீகன் புளுகுகளை மலை மலையாகக் குவித்தாலும், கன்னம் கன்னம் என்று போட்டுக்கொண்டு, "இருக்கும், இருக்கும்! நமக்கெப்படிப் புரியும்! இல்லாமலா சொல்வார்! சந்தேகிப்பது பாபம்!" என்று பயந்து பயந்து பேசிக் கொள்கிறீர்கள். அந்த அச்சம், அறிவுக் கண்ணை மறைத்து விடுகிறது. ஆனால், ஆண்டவனின் அன்றாட நடவடிக்கைகளை நான் குறிப்பெடுத்தேன்—ஒருநாள் நிகழ்ச்சி இது—என்று நான் ஒரு புனைந்துரை கூறினால், கோபம் வருகிறது! ஏனெனில், நம்மைப் போன்ற ஒருவன்தான் எழுதுகிறான் என்ற எண்ணம் பலமாக இருக்கிறது, நான் எழுதுவதைப் படிக்கும் போது. கண்டிக்கத் தைரியம் பிறக்கிறது! ஆராய ஆற்றல் சுரக்கிறது! இந்தப் போக்குடன், புராண இதிகாசக் கதைகளையும் அலசிப்பாருங்கள்—உண்மை துலங்கும். அந்தச் சிந்தனைத் தெளிவு பிறக்கவேண்டும் என்பதற்காகவே தீட்டப்பட்டது "ஆறுமுகம்".

ஆண்டவனிடம் ஒரு குறிப்பேட்டுக்காரன் இருப்பதை நீங்கள் நம்ப மறுத்தால், நிச்சயமாக, சித்ரபுத்ரன் குறிப்பெடுத்தபடி இருக்கிறான் என்ற புராணப் புளுகையும் நம்ப மறுத்தாக வேண்டும்.

★ ★ ★

9 788198 809322

Printed at Repro India Ltd.